கறங்கு

நாஞ்சில் நாடன்

தமிழினி

கறங்கு
நாஞ்சில் நாடன்
தமிழினி

Karangu - Short Stories - Nanjil Nadan

முதல் பதிப்பு : டிசம்பர் 2018

காப்புரிமை : நாஞ்சில் நாடன்

தமிழினி, 63, நாச்சியம்மை நகர், சேலவாயல், சென்னை - 51.
tamilinibooks@gmail.com   8667255103
website: tamizhini.co.in

அச்சாக்கம் : மணி ஆப்செட், சென்னை - 14.

ரூ.120

சமர்ப்பணம்

திருமதி. **சுப்புலட்சுமி ஜெகதீசன்** அக்காவுக்கும்
திரு. **ஆ.பா.ஜெகதீசன்** அண்ணாவுக்கும்

முன்னுரை

எழுதத் தொடங்கிய 1975 முதலான கதைகள் யாவுமே இன்று வாங்கவும் வாசிக்கவும் கிடைக்கின்றன என்பதில் எனக்குத் தனித்த பெருமிதம் உண்டு.

நாஞ்சில் நாடன் கதைகள் (2004), சூடிய பூ சூடற்க (2007), கான்சாகிப் (2010), தொல்குடி (2014) ஆகிய தொகுதிகளில் 128 கதைகள் அடங்கியுள்ளன. நான்குமே 'தமிழினி' வெளியீடு. இவற்றுள் 'நாஞ்சில் நாடன் கதைகள்' என்ற 80 கதைகள் அடங்கிய தொகுப்பில் எனது முதல் ஐந்து தொகுப்புக்கள் அடக்கம். அவற்றுள் 'தெய்வங்கள் ஓநாய்கள் ஆடுகள் (1981), வாக்குப் பொறுக்கிகள் (1985), உப்பு (1990) ஆகியன கவிஞர் மீராவின் அன்னம் வெளியீடு. பேய்க்கொட்டு (1994), பிராந்து (2002) இரண்டும் கோவை விஜயா பதிப்பக வெளியீடு. மூன்று பதிப்பகங்களுக்கும் எனது முழுமையான நன்றிகள்.

'தொல்குடி' தொகுப்புக்குப் பிறகு, 2018 முடிய நானெழுதிய பன்னிரண்டு கதைகளும் இப்போது 'கறங்கு' எனும் பெயரில் தொகுப்பாகிறது. குறுங்கணக்காகச் சொன்னால் எழுதத் தொடங்கிய 43 ஆண்டுகளில் 140 கதைகள். ஆண்டுக்கு மூன்று கதைகளே சாத்தியப் பட்டிருக்கின்றன. இந்த ஐந்தொகையிலென் நாவல்கள், கவிதைகள், கட்டுரைகளை உட்படுத்த விரும்பவில்லை. ஐந்தொகை போட்டுப் பார்த்து நிகர லாபம் கணிக்க இலக்கியம் என்பது வரவு-செலவு வணிகமும் அல்ல.

இந்தத் தொகுப்பின் தலைப்பான 'கறங்கு' எனும் சொல் நூதனமாகப் படக்கூடும் சிலருக்கு. கறங்கு எனும் சொல்லின் திரிந்த வடிவங்களே கெறங்கு, கிறங்கு எனும் சொற்கள். கெறங்கினான், கிறங்கினான் எனில் ஒருவேளை தெளிவாகும். கெறக்கம் அல்லது கிறக்கம் என்பனவும் அத்தன்மைத்தே. கறங்கு எனில் சுழற்சி, சுழல்தல் என்று பொருள். காற்றாடி கறங்கியது என்றால், காற்றாடி சுழன்றது என்பதே பொருளாகும். 'என்ன, கெறங்கீட்டுத் திரியே?' என்பார்கள் எம்மூரில், என்ன சுற்றிச் சுற்றித் திரிகிறாய் என்ற பொருளில்.

கம்ப இராமாயணத்தில், சுந்தர காண்டத்தில், ஊர்தேடு படலத்தில், கம்பன், 'கறங்கு கால் புகா, கதிரவன் ஒளி புகா, மறலி மறம் புகாது' என்பார். இலங்கை மாநகரின் காவல் அரண் கடந்து, சுழலுகின்ற காற்று நுழையாது, சூரியனின் கிரணங்கள் புகாது, யமனின் ஆட்சியும் செல்லாது என்பது பொருள். பால காண்டத்தில், அகலிகைப் படலத்தில், 'கறங்கு தண்புனல்' என்பார், சுழன்று வேகத்துடன் பாயும் சோணை நதியைச் சொல்ல.

கறங்கு எனும் சொல்லை அகநானூறு, ஐங்குறுநூறு, கலித்தொகை, சிறுபாணாற்றுப்படை, பதிற்றுப்பத்து, புறநானூறு, மலைபடுகடாம் முதலாய சங்க இலக்கிய நூல்கள் பயன்படுத்தியுள்ளன. எனவே கறங்கு எனுமிந்த தலைப்புச் சொல் வட்டார வழக்கென்று பேராசிரியர்கள் வரையறுக்க மாட்டார்கள். மேலும் எனது உருவாக்கமும் அல்ல. அந்தத் தலைப்புடைய சிறுகதை, ஆனந்த விகடனில், அதே தலைப்பிலேயே வெளியாயிற்று. எனவே வாசகர் மலைக்கவோ மயங்கவோ வேண்டாம்.

குறுகிய கால அவகாசத்தில், இந்த நூல், நேர்த்தியான வடிவமைப் புடன், முகப்புடன் வெளியாகிறது. தமிழினிக்குத் தனித்ததோர் நன்றி.

நற்றிணையில், காமக்களிப்பசலையார் எனும் புலவரின் வரி, 'கவறு பெயர்த்து அன்ன நில்லா வாழ்க்கை' என்னும். சூதாடும் கருவி மாறி மாறி விழுதைப்போல, நிலையில்லாத பொருளை ஈட்டுகின்ற வாழ்க்கை என்று பொருள் சொல்லலாம். இந்தக் கதைகளின் மூலம் நான் ஈட்டியது நிலையாதது அல்ல என்பதென் நம்பிக்கை.

கோயம்புத்தூர் - 641 042
20 நவம்பர் 2018

மிக்க அன்புடன்!
நாஞ்சில் நாடன்

நன்றி

ஆனந்த விகடன்
அந்திமழை
சங்கு
உயிர் எழுத்து
தினமணி தீபாவளி மலர்
மணல் வீடு
கணையாழி

7

பொருளடக்கம்

1.	பொய் நெல்லைக் குத்திப் பொங்க நினைத்தவன்...	8
2.	அன்றும் கொல்லாது நின்றும் கொல்லாது!	19
3.	கறங்கு	30
4.	மூத்த எழுத்தாளரும் முற்றத்து ஓணானும்!	42
5.	சில்லறை	48
6.	ஏவல்	53
7.	மயிரே மாத்திரம்	65
8.	சிவனணைந்த பெருமாளின் சிக்கல்கள்	74
9.	உழுதுண்டு வாழ்வார்	80
10.	அவயான் பொந்து	83
11.	பைரவ தரிசனம்	92
12.	பாவி போகும் இடம் பாதாளம்!	100

பொய் நெல்லைக் குத்திப் பொங்க நினைத்தவன்...

"கண்ணுவிள்ளே...வே கண்ணுவிள்ளே" என்று கூப்பாடு போட்டார் கும்பமுனி.

"... ... ..."

"கூப்ட்டா என்னாண்ணு கேளும் வே! வாயிலே என்னா நா பறிச்ச மண்ணா கெடக்கு?"

"என்ன எளவுக்குக் கெடந்து இப்பம் கீறுகேரு புடுக்கிலே தீப்பிடிச்ச மாரி... கூப்பிட்டா பறக்கவா முடியும்? புத்துக் காலை ஊணி நடந்து வராண்டாமா?" என்றார் தவசிப்பிள்ளை கண்ணுபிள்ளை.

"கெடந்து பெடை பெடைக்காதையும்... ஒரு காரியம் ஆலோசிக்கதுக்காக்கும் உம்மைக் கூப்பிட்டேன்..."

நேரம், அந்தி மயங்கி வந்தது. மேல் வானத்தில் மஞ்சளும் குங்குமமுமாகத் தீற்றல். புள்ளினம் கூடடையப் போகும் கூக்கூரல். சாலைக்கு அப்புறம் ஆல் ஒன்று பழுத்துக் கிடந்தது. விலை யிலாப் பண்டங்கள் வாங்க அரசு நியாவிலைக் கடைகளில் கேட்கும் ஆரவாரம்போலப் பறவைகளின் இரைச்சல். காகம், நாகணவாய்ப்புள், கிளிகள், சாம்பற் குருவிகள்... வடக்கே எங்கோ வளர்ந்திருந்த மரத்தை ஐயாயிரம் ஆண்டுகளுக்கு முன்பே கனியுண்டு கழித்து தென் தமிழ்நாடு வரைக் கொணர்ந்து சேர்த்த மூதாதையரின் வழித்தோன்றல் பறவைகளாக இருக்கலாம் அவை.

'தெள்ளிய ஆலின் சிறு பழத்து ஒரு விதை' என்று ஔவை யின் பாட்டில், திரிசூலத்தில் குத்திய எலுமிச்சம் பழம்போல நிலைகுத்தியது கும்பமுனியின் மருட் சிந்தை.

"என்னத்துக்கு கூப்பிட்டேரு? இப்பம் ஆலமரத்துல மொளச்ச அலுசுவத்தை ஆராஞ்சுக்கிட்டிருக்கேரு?" என்றார் கண்ணுபிள்ளை.

"நமக்கு ஒரு கொடம் கடல் தண்ணி சங்கடிப்பிச்சு வய்க்கணும் கேட்டேரா?"

"என்னத்துக்கு? கசேரியிலே இருந்துக்கிட்டே உப்பு சத்யாக்கிரகம் ஆரம்பிக்கப் போறேரா?"

"அதுக்கில்ல வே! நம்ம காலம் ஆன பொறவு, சுட்டுக் கருக்கி, எல்லு பொறக்கி, கரைய்க்கதுக்கு என்னத்துக்கு கன்னியாரி கடப்புறத்துக்கு ஓடணும்?"

"வெளங்கினாப்பிலே தான்... வெளக்கு வய்க்கப்பட்ட நேரத்திலே நல்ல மங்கலமாட்டுப் பேசுகேரு! வீடு வர்க்கத்து ஆயிரும்!"

"ஏன்? இப்ப வர்க்கத்துக்கு என்ன கொறவு?"

"ஒரு கொறவுமில்லே! மூதேவி முன்வாசல் வழியா வாறா... சீதேவி பொறவாசல் வரியாப் போறா..."

அடுத்த முக்கியமான பாயின்டைப் பிடிக்கப்போகும் திராவிட இயக்க மேடைச் பேச்சாளரைப் போல, சற்று நிதானப்பட்டு, கும்பமுனி முற்றத்தை வெறித்தார். நடுமுற்றத்தில் 'பழம் படுபனையின் கிழங்கு பிளந்தன்ன பவளக் கூர்வாய் செங்கால் நாரை' ஒன்றின் சிறகு உதிர்ந்து கிடந்தது. நவீன கவிதை எழுத கருப்பொருள் ஒன்று கேட்பார் கேள்வி இல்லாமல் கிடப்பதாகத் தோன்றியது. முழங்கையில் மசுக்குட்டி ஏறியதுபோல கும்பமுனியின் முழு உடம்பும் சிலிர்த்தது. காலத்தை எழுதிச் செல்லும் தூவல் அல்லவா?

அதற்குள் தயாரெடுத்த தவசிப்பிள்ளை கேட்டார்.

"சொல்லும்... இப்பம் என்னத்துக்கு ஓமக்கு ஒரு கொடம் கடல் தண்ணி? உப்பு வேண்டாண்டாம், நேரடியாக் கஞ்சியிலே ஊத்தீரலாம்ணா?"

"சும்ம கொறளி பேசப்பிடாது கேட்டேரா? நான் காரியமாட்டாக்கும் சொல்லுகேன்... ஒரு கொடம் கடல்தண்ணி உண்டும்ணா, இங்கிணயே ஒரு சருவத்திலே சாம்பலைக் கரச்சு மரத்து மூட்டுலே ஊத்தீரலாம்லா வே! இல்லாட்டா நீரு தாலா இந்தப் புத்துக் கால வச்சுக்கிட்டு, எஞ் சாம்பல இருமுடி மாதிரி கெட்டீட்டு காரு ஏறி எறங்கி கடப்புறத்துக்குக் கொண்டுக் கிட்டுப் போகணும்!" என்று தழைந்து பேசினார் கும்பமுனி.

"ஏன்? கலைமாமணி எல்லாம் வாங்கீருக்கேல்லா... அரசு எலிகாப்டர் அனுப்பமாட்டானா, சாம்பலு கரைய்க்கதுக்கு?"

"தெரியாம ஒண்ணு வாங்கீட்டு வந்திற்றேன்... ஆளாளுக்குப் போட்டு பதங் குலைக்கேளே ஓய்?"

"சரி... இப்பம் ஓமக்கு ஒரு கொடம் கடல்தண்ணி வேணும்!

அம்பூட்டு தாலா? சாவதுக்கு ரெண்டு நாளைக்கு முந்தி சொல்லும்... சரியாக்கீரலாம்" என்றார் கண்ணுபிள்ளை குறுஞ் சிரிப்புடன்.

"ஏன்? கடப்புறத்துக்குப் போயிட்டு வாறேண்ணு ஒருநாள் கள்ளம் போட்டு, வீட்டிலேயே கெடந்துகிட்டு, ஆத்திலே ஒரு கொடம் தண்ணி பிடிச்சு அரைக்கிலோ பரலுப்பு போட்டுக் கலக்கிக் கொண்டாந்து வவுச்சர் எளுதீரலாம்ணு பாக்கோ?" என்று வர்மத்தில் குத்தினார் கும்பமுனி.

"முடிவானுக்கு புத்தி எங்கிட்டுப் போகு பாரு... நம்மள பேராசிரியர்னு நெனச்சுக்கிட்டாரு போல... தமிள் எளுத் தாளர்னா சும்மாவா?" என்று முனகினார் தவசிப் பிள்ளை.

"ஏன்? செய்ய மாட்டேரா?" அதட்டினார் கும்பமுனி.

"சரி! செய்து போடலாம்... ஆனா பித்தளைக் கொடம் கொண்டுகிட்டுப் போயி, ரெண்டு பஸ்சு ஏறி எறங்கி, ஆடாம அசையாம, புதுப்பொண்ணு போலத் தூக்கீட்டு வரமுடியுமா பாட்டா? வேணும்னா ஒரு பித்தளைத் தூக்குப் போணி நிறையக் கொண்டாறேன்!"

"அது காணுமா டே! ஒரு இருவது லிட்டராவது வேண்டாமா? அத்தா பெரிய தூக்குவாளி நம்மகிட்டே இருக்கா?"

"அப்பம் ஒரு காரியம் செய்யலாம்... வடசேரியிலே எறங்கி, இருவது லிட்டர் கேன் ஒண்ணு வாங்கீட்டுப் போயி, நெறச்சுக் கொண்டாந்திருவோம்.."

சற்று நேரம் அறிதுயிலில் இருந்தார் கும்பமுனி. முகத்தைத் தீவிரமாக்கி யோசித்தார். ஈங்கோர் உவமை எழுதலாம், 'அவர் முகம் பேண்ட நாயின் குண்டிபோலிருந்தது' என்று. ஏற்கெனவே பேரு கெட்டுக்கிடக்கு என்பதனால் தவிர்த்தும் விடலாம்.

"ஒரு சிக்கலு இருக்கு வே கண்ணுவிள்ளே! கொடத்துலே கோரிக்கிட்டு வந்தா, தீர்த்தமாக்கும்ணு எவனும் கணக்கிட மாட்டான். கேன்ல கொண்டாந்தா எக்சைஸ்காரன் பிடிச்சுக் கொடைய மாட்டானா?"

"எங்க கொடைவான்?"

"ஓமக்க புளிச்ச தமாசை ஏறக்கட்டி வையும் கேட்டேரா? சொல்லப்பட்ட விசயத்தை மனசிலாக்கணும் மொதல்லே!"

"அதான் எதுக்கு கொடைவான்னு கேக்கேன்?"

"வே! கடல் தண்ணீண்ணா வெறும் உப்பு மட்டும் இல்லே

பாத்துக்கிடும்! ஏகப்பட்ட கனிம வேதிப் பொருள்கள் இருக்கு...”

“நாட்டுலே பேலப்பட்ட பேதி எல்லாம் கடலுக்குப் போறதினாலயா?”

“அதுல்லவே! கனிம வேதிப் பொருட்கள்ணா பேரியம், தோரியம், டைட்டானியம், புளோட்டோனியம், யுரேனியம்...”

“பார்த்தீனியம்...”

“அது செடி வே! முட்டாத்தனமாப் பேசப்படாது! எளவு என்னத்தைச் சொன்னாலும் உமக்கு மனசிலாகாது...”

தவசிப்பிள்ளை, சக்தி வாய்ந்த டார்ச் லைட் வெளிச்சம் கண்டு திகைத்த பெருக்கான் போல மிரண்டு நின்றார். உடனடி யாக எதிர்த் தாக்குதலுக்கு நாவெறி குண்டு எதுவும் அகப்பட வில்லை.

“சரி! இப்பம் என்னதான் செய்யணும்ங்கேரு?” என்று படத்தைக் கீழே போட்டார் கண்ணுபிள்ளை.

“எதையும் மொறயாச் செய்யணும் வே! நமக்கு எதுக்கு அரசாங்கத்துக்கு பொல்லாப்பு? ஏற்கெனவே நம்ம யோக்யதை கேள்விக்கு உள்ளாயாச்சு... நாளைக்கு எவனும் அறச்சீற்றம் கொண்டு முகநூல்லே எழுதுவான்... கனிமப் பொருள் களவாண்ட கும்பமுனி என்று... அதுக்கும் ஆயிரம் பேரு சொந்தப் பேரு ஒளிச்சு வச்சுக்கிட்டு லைக் போடுவான்...”

“நீரு என்னத்துக்கு இப்படிக் கெடந்து தொடை நடுங்கிக் காலோட செலவாதிக்குப் போறேரு... அவனவன் பெரும் பாறையை, மலையை, ஓடையை, ஆத்தை, மணல் தேரியைக் களவாங்குவான்... ரெண்டு லோடு செம்புத் தகடு ஏத்தீட்டுப் போன லாரிகளையே காணோமாம்... போட்டுப் பேசுதேரே!”

“ஓய்! ஒண்ணு மனசிலாக்கணும் பாத்துக்கிடும்... சிவன் சொத்து குல நாசம் எண்ணாக்கும் மூத்தோர் வாக்கு!”

“அப்பம் பத்தாயிரம் கோடி அடிச்சு மாத்தினவன், நாலு மலையை விலைக்கு வாங்கினவன், பெருங்காட்டைப் பட்டா போட்டவன், கொள்ளையடிச்சு கப்பல் வாங்கி விட்டவன்... எவன் சொத்து பாட்டா அது?”

“அதெல்லாம் நமக்கு யோசிக்காண்டாம்... சுப்ரமணிய சாமி பாத்துக்கிடுவாரு”

“அவுரு சூரம்பாடு அண்ணைக்குத் தான கோயில்லேருந்து வெளீல வருவாரு பாட்டா!”

"நான் சொன்னது முருகரு இல்லவே! வேற சாமி! ஒமக்கு புடி கெடச்சா?"

"சரி... இப்பம் என்ன செய்யணும்ணு சொல்லும்... சும்மா ஓலைக்கெடையிலே நாய் மோண்ட மாதிரி களபுள களபுளண்ணு பேசப்பிடாது! சங்கதியைச் சொல்லும்..."

கும்பமுனி, அறிவு சீவிகள் அந்தரத்தை வெறிப்பதுபோல சற்று சிந்தனை வயப்பட்டார். தொண்டையைச் சற்று கனைத்தார்.

"நாம எதையும் சட்டத்துக்குப் பொறம்பா செய்யப்பிடாது பாத்துக்கிடும்... எவன் என்ன சாணியை வாரி வீசுனாலும் நம்ம யோக்கியதை நமக்குத் தெரியும்... நாளைக்கு நீரு மொதக்காரியமா வில்லேஜ் ஆபீசரைப் போயிப் பாரும்..."

அரண்டு, மிரண்டு, பேயடித்தவர்போல் கண்ணுபிள்ளை கேட்டார், "பாத்து?"

"இப்படி யிப்படியாக்கும் காரியம்... நமக்கு, உலகப் புகழ்பெற்ற எளுத்தாளரின் இறுதிச் சடங்குகள் தேவைக்கு ஒரு இருவது லிட்டர் கடல்தண்ணி அத்தியாவசியம் இருக்கு... அதுக்கு ஒரு பெர்மிஷன் வேணும்ணு சொல்லி ஒரு அர்ஜி எளுதிக் குடுத்து வாங்கீட்டு வாரும்" என்றார் கும்முனி.

கண்ணுபிள்ளை இதழ்க்கடையோரம் செம்மாந்த சிரிப்பொன்று ஒதுங்கியது.

"பாட்டா இதுலே ரெண்டு காரியம் பாத்துக்கிடும்! ஒண்ணு நீரு ஒலகப் புகள் பெற்ற எளுத்தாளர்ங்கப்பட்டது. ரெண்டாவது நீரு இப்படி வில்லேஜ் ஆபீசரு, ரெவ்னியூ இன்ஸ்பெக்டரு, தாசில்தாரு, ஜில்லா கலக்டருண்ணு போனா, உமக்க காலம் கழிஞ்சு, இருவத்தினாலு தெவசம் வந்தாலும் கிடைச்சுக்கிடாது... நம்ம நாட்டிலே வழக்குண்ணு ஒண்ணு வந்தாச்சுண்ணா ஈரங்கி வாறதுக்கே பதினெட்டு வருசம் ஆகும்... தீர்ப்பு வாறதுக்கு முப்பத்தேழு வருசம் வரைக்கும் ஆகிப் போகும்... அதாக்கும் சர்க்காருக்கு துரிசம்... இவுனுக கிட்டே அலையதுக்குப் பதிலா, ஒரு காப்பிச் செம்பு கொண்டுபோயி, கடலுத்தண்ணி கோரிக்கிட்டு வரலாம்... என்ன, ஒரு இருவது நடை போகணும்... சங்கதி தீந்துபோகும்" என்று மேற்சென்று இடித்துரைத்தார் கண்ணுபிள்ளை.

"வே! நான் என்ன சொல்லுகம்ணா, அரசாங்கத்துக்கு விரோதமாட்டு நாம நடக்காண்டாம்ணு... கடல் தண்ணி வேணும்வே, ஆனா அது தப்பான வழியிலே வேண்டாம்...

தர்மத்தின் வாழ்வுதனை சூது கவ்வும்... என்றாலும் சட்ட விரோதமா நடக்கலாமா?''

அப்பம் தர்மம் வேற, சட்டம் வேறயா? நீருதானே அண்ணைக்குச் சொன்னேரு, அறத்தின் ஆறே அரசும் செல்லும்ணு...''

"அது ஏரோப்ளேன்ல போயி, ஏ.சி.ரூம் போட்டு, தந்தூரி சிக்கன் திண்ணு பேசித் தீர்க்க வேண்டிய சமாச்சாரம். இப்பம் அந்தக் கவலை உமக்கு எதுக்கு? சொன்ன காரியத்தைப் பாரும்...''

"சரி, ஒரு கட்டன் எடுக்கட்டா?''

"போவும் அதைச் செய்யும்!''

கண்ணுபிள்ளை, புத்துக்காலைத் தாங்கி நடந்து குசினிப்பெரைக்குள் போனார்.

☼ ☼ ☼

காலையில் கஞ்சி வைத்துக் கொடுத்து, மத்தியானத்துக்கு புளித்தண்ணி தாளிச்ச சோறு கிண்டி, பாத்திரத்தில் அடைந்து, கையில் பொதிந்து எடுத்துக்கொண்டு இரண்டு பேருந்து ஏறி இறங்கி, வழிகேட்டு வில்லேஜ் ஆபீசர் அலுவலகம் நாடிக் கண்டடைந்தார். பல வயதிலும் ஆடவரும் பெண்டிரும்... சில வெள்ளாடுகள், ஒரு கிழட்டுப் பசுமாடு... ஏகப்பட்ட புற்களும் புதர்களும் மண்டிக் கிடந்தன. சந்திரகுப்த மௌரியனின் காலம் தொட்டு, பாரதத்தின் அந்தப் பகுதியின் ஆவணங்கள் பலவும் நின்றும் இருந்தும் கிடந்தும் தேச சேவை ஆற்றின. தூசுகளின் குடமுழுக்காட்டு...

கிராம அலுவலர் உட்கார்ந்தும் முக்கியஸ்தர் போல் இருவர் நின்றுகொண்டும் முன்னாள் முதல்வருக்கு ஜாமீன் கிடைக்குமா என்று ஆழ்ந்த கவலையுடன் உரையாடிக்கொண்டிருந்தனர். பிணை கிடைக்கும்வரை அடுத்த அலுவல் ஏதும் செய்யமாட்டார் போலும். எத்தனை ராஜவிசுவாசம்! மயிர்க் கூச்செறிந்தது கண்ணுபிள்ளைக்கு...

வெகுநேரம் நிற்பதைக் கண்ணுற்றவர், குரலில் அதிகாரத்தின் சாரம் ஏற்றி, கடுப்புடன், "என்ன வே?'' என்றார்.

சிற்றடி வைத்து நடந்து, கிராம அலுவலர் மேசைக்கு அருகில் போய், கையது கொண்டு வாயது பொத்தி, சற்றுக் கூனி, "ஐயா ஒரு கேன் கடல் தண்ணி கோரீட்டுப் போகணும்... அதுக்கு உங்கள் அனுமதி வேணும்''

கிராம நிர்வாகிக்கு ஒன்றும் அடியோடு அர்த்தமாக

வில்லை. மேலும் அவர் அரசு ஊழியர்.

“என்னது? கடல் தண்ணி கோரதுக்கா? அதுக்கு எங்கிட்டே எதுக்கு வே கேக்கேரு? போயிக் கோரீட்டுப் போவும்... வேணும்ணா கடலம்மைக்கு ஒரு கும்பிடு போட்டு வேண்டிக் கிடும்... காலம்வற பொறப்பிட்டு வாறாணுக நம்ம ஊட்டி அறுக்கதுக்கு?”

“அதுல்லயா! வந்து... கோரீட்டுப் போனா எக்சைஸ்கார சார் மாரு புடிச்சு தடஸ்தம் சொல்லப்பிடாதுல்லா? நீங்க ஒரு ஒப்புப் போட்டு ஆர்டர் தந்தா காமிக்கலாம் லா? அதென்னமோ காரீயம், பேரீயம் எல்லாம் கடல் தண்ணீல இருக்காமே! அதனால சர்க்கார் சம்மதம் இல்லாம கோருனா குத்தமாக்கும் அப்படீண்ணு அவாள் கும்பமுனி சொல்லுதாவ...”

“அதாருவே கும்பமுனி! அவன் வரமாட்டானா? ரேஷன் கார்டு, ஓட்டர் ஐடி. வீட்டு வரி கட்டுன ரசீது, பேங்கு பாஸ்புக்கு, டிரைவிங் லைசென்ஸ், ஆதார் அட்டை, பாஸ்போர்ட் எல்லாம் வச்சிருக்கேரா?”

“அவுருக்கு சைக்கிள்கூட ஓட்டத் தெரியாது சார்! ஆதார் எடுக்கல்லே! திருவனந்தபுரம் போயிட்டு வர பாஸ்போர்ட் என்னத்துக்கு? ரேஷன் கார்டு இருக்கு... எந்தக் காலத்திலே அவுரு ஓட்டுப் போட்டாரு!”

“இருக்கப்பட்டது எல்லாத்துக்கும் ஜெராக்ஸ் எடுத்துக் கிடும். ஒரு விண்ணப்பம் எழுதி அதுலே அஞ்சு ரூவாய்க்கு கோர்ட் பீஸ் ஸ்டாம்பு ஒட்டும்... எல்லாம் கொண்டுக்கிட்டு வெள்ளிக்கெளமை மத்தியானம் ரெண்டு மணிக்கு மேல வாரும்... பின்ன ஒரு காரியம், வெள்ளக்குடிக்கு எதாம் கொண்டுகிட்டு வாரும்...”

வெள்ளிக்கிழமை மத்தியானம் வந்தது. கண்ணுபிள்ளை வந்திருந்தார். கிராம அதிகாரி வரவில்லை. கிராம அதிகாரிக்கும் உயரதிகாரி போலச் சத்தம் போட்டு சிப்பந்தி சொன்னார்.

“எதுக்கு வே வந்து காத்துக் கெடக்கேரு? வி.ஓ. இனி திங்கக்கிளமை காலம்பிறதான் வருவாரு...”

“இல்ல தம்பி, வெள்ளிக் கெளமை மத்தியானம் வந்து பார்க்கச் சொன்னாரு...”

“அவுரு கதை ஒம்பது கோயிலும் ஒரு ஊத்துக்காரனும் கதை ஓய்! நிண்ணாப்பிலே தாசில்தாரு கூப்பிட்டா அங்கிண போவாரா? இங்கிண நிப்பாரா? போவும், போயிட்டு திங்கக் கெளமை வாரும்...”

திங்கட் கிழமை, சட்டென்று வேலையை முடித்து விடலாம் என்று தவசிப்பிள்ளை காலை ஒன்பதரை மணிக்கே போய்விட்டார். கும்பமுனிக்கு காலைப் பலகாரம் சுடுகஞ்சியும் மதிய உணவு ஆறிய சுடுகஞ்சியும் என செய்து வைத்திருந்தார்.

வி.ஓ. பன்னிரண்டே காலுக்கு வந்தார். கடவுளுக்கும் கும்பமுனிக்கும் மட்டுமே புரியக்கூடிய கையெழுத்தில், கும்பமுனி தனது பின்நவீனத்துவத் திறனை எல்லாம் காட்டி, சங்கத் தமிழ்ச் சொற்களைக் கொண்டு, இலக்கணம் பார்க்காத செய்யுள்போல எழுதப்பட்ட மனு அது. எழுதி முடித்தவுடன் விண்ணப்பமே உலகத் தரத்தில் இருப்பதாய்க் கும்பமுனி நினைத்தார். யார் நினைப்பை யார் கெடுக்க இயலும்?

சற்றுக் காத்திருப்புக்குப் பின், விரல் நீட்டி அழைத்தார் கிராம அதிகாரி. ஓட்டமும் நடையுமாகப் போய் நின்றார் கண்ணுபிள்ளை.

“என்னத்துக்கு வே இந்த விண்ணப்பம்? கடல் மண்ணு வாருகதுக்கா?”

“இல்ல சார்... ஒரு கேன் கடல் தண்ணி கோரீட்டுப் போறதுக்கு...”

“என்ன காரணத்துக்குன்னு எளுதியிருக்கேரா?”

“ஆமய்யா...”

“நீரு எந்தூரு?”

“வடமதி ஐயா!”

“அப்ப அந்த ஊரு வி.ஓ.கிட்டே பெர்மிஷன் வாங்காண்டாமா? உம்ம தேவை சரிதான், நியாயமானதுதான், இது கமர்ஷியல் பர்ப்பசக்கு இல்லேண்ணு அவுருதான சைட் விசிட் செஞ்சு ஒப்புதல் சான்று தரமுடியும்?”

“மூணு நாளாட்டு அலையுதேம்யா.”

“நானாவே கூப்பிட்டேன் ஒம்மை... கடல் காத்து புடிச்சுற்றுப் போக பெர்மிஷன் தாறன்னு சொன்னனா? போவும். போயிச் சொன்ன வேலையைச் செய்திட்டு வாரும்.”

கும்பமுனி பிறந்த நாள், ஓரை, கோள்கள் அவை அமர்ந்திருந்த வீடுகள் யாவற்றையும் சபித்தவாறு, கண்ணுபிள்ளை மடங்கிப் போனார்.

பக்கத்து ஊர் வி.ஓ.விடம் விண்ணப்பம் போயிற்று. அவருக்குத் தெரியும் கும்பமுனி சள்ளை பிடித்த எழுத்தாளர்

என்று. தலைத்தட்டு வரை பிடி உள்ளவர் என்பதும் தெரியும். மேலும் எங்காவது நேர்காணலில் வில்லங்கமாகப் பேசி வைத்து அது மாவட்ட ஆட்சியர் கவனத்துக்குப் போய், களியந்தட்டு விளைக்கு மாற்றல் செய்தால் என்னவென்று எங்கு சென்று முறையிடுவது? மறுபடி ஒரு இடமாற்றத்துக்கு சந்தை நிலவரம் மூன்று இலக்கம் என்பதும் தெரியும்!

விண்ணப்பத்தை வாங்கி, மேலும் கீழும் பார்த்து, மேல் விபரங்களைக் கேட்டுத் தெரிந்துகொண்டு, நாலைந்து லெட்ஜர் களைத் திறந்து மூடி, எதிலோ எதையெதையோ பதிந்து, விண்ணப்பத்தின் மார்ஜின் பகுதியில், சிவப்பு மையால் சட்ட விதிகளுக்கு உட்பட்டு ஆவன செய்யப் பரிந்துரைக்கப்படுகிறது என்றெழுதிக் கையெழுத்திட்டுக் கொடுத்தார்.

காதருகே போய், கண்ணுபிள்ளை, "ஐயா காப்பிச் செலவுக்கு ஏதாம்..."

"அதெல்லாம் ஒண்ணும் வேண்டாம். போவும்... கொழுத்துப் போயி அரிமாணையிலே ஏறச் சொல்லுகேரா?"

மறுநாள் கண்ணுபிள்ளை கடற்புறத்து வி.ஓ. அலுவலகம் போனார். இதற்குள் அமாவாசை போய் அமாவாசை வந்திருந்தது. பரிந்துரைக்கப்பட்ட விண்ணப்பம் வாங்கிப் பார்த்தார்.

"அவனுக்கென்னா? பரிஞ்சுரைச்சிட்டான்... இதுக்கு சட்டத்திலே எடமிருக்கா? எத்தனை கேன் வரை அனுமதிக்க லாம், அதுக்கு எதாம் அரசாங்கக் கட்டணம் இருக்கா? எந்தப் பக்கம் கடல் தண்ணி பிடிக்கது? பகல்லேயா? ராத்திரியா? இதுலே ஏதும் லா அண்ட் ஆர்டர் பிரச்னை உண்டா?"

கண்ணுபிள்ளையைப் பார்த்துத் திரும்பி, "என்ன எளவுக்குவே வந்து உயிரை வாங்குகியோ? கொடமோ, அண்டாவோ, டேங்கரோ புடிச்சுக்கிட்டுப் போக வேண்டியது தானே! இனி நான் தாசில்தார்ட்டே என்ன மாதிரி நடவடிக்கை எடுக்கணும்ணு கேக்கணும்... முன்மாதிரி இருக்காண்ணு பார்க்கணும்... பென்சன் பத்தப்பட்ட நாள்ளே சஸ்பென்ஸன் குடுத்தாம்ணா, நீராவே கடைசி காலத்திலே எனக்குக் கஞ்சி ஊத்துவேரு? வாறானுகப்பா, நமக்குண்ணு..."

கண்ணுபிள்ளை வெலவெலத்து நின்றிருந்தார். ஜெயில்லே போட்டுருவாரோ என்று பயம் உண்டாயிற்று... வீட்டில் கும்பமுனி குண்டி காய்ந்து கிடப்பார் ஒரு கட்டனுக்கும் வழியற்று. கிராம அதிகாரியை நெருங்கி, பயபக்தியுடன் முன்னாள் முதலமைச்சர் முன் நிற்கும் துறை அமைச்சர்போல,

"ஐயா... நான் இனி எப்பம் வரட்டும்?"

"வாரும் ஓய், எனக்க அம்மைக்கு பதினாறு அடியந்திரத் துக்கு! போவும்... நெறைய பார்மாலிட்டீஸ் இருக்கு இதுலே... போயிட்டு ஒரு மாசம் கழிச்சு வாரும்... தாசீல்தாரு என்ன சொல்லுதாரோ? அவுரு கலக்டரைப் பார்க்கணும்பாரு... ஒரு காரியம் செய்யட்டா? நானே ஒரு ஆளை வச்சி ஒரு கேன் கோரி, சத்தம் மூச்சு காட்டாம ஒமக்க - அவன் யாரு? - பம்பைமுனி வீட்டிலே கொண்டாந்து சேத்துரட்டா?"

"வேண்டாம்யா. உடுத்த வேட்டியை நம்ப மாட்டாரு மனுசன்! நீங்க அனுமதி குடுங்க, நானே புடிச்சுக்கிட்டுப் போறன்..."

"பாக்கட்டும்... எதுக்கும் மாசம் செண்ணு வாரும்..."

சில மாதங்கள் நடந்தார் கண்ணுபிள்ளை. கையோடு கொண்டுபோன கேன் மஞ்சள் பூத்து நசுங்க ஆரம்பித்துவிட்டது. காரைக்கால் அம்மை சிவபெருமானைக் காண நடந்தும் தவழ்ந்தும் உருண்டும் போனதைப்போல நடந்தார்.

ஆண்டுகள் சில சென்றன. வியர்வை உப்புப் பொரிந்த முதுகுடன், கால்களில் புழுதி அப்பி, கேசம் காய்ந்து பறந்து, வறண்ட உதடுகளுடன் வெறுப்பே உருக்கொண்டதுபோல், ஒருநாள் தாசீல்தார் அலுவலகத்தில் இருந்து திரும்பினார் கண்ணுபிள்ளை. வழக்கமான மிதப்புடன் சற்றே சாய்வான சூரல் நாற்காலியில் கால்கள் இரண்டையும் மேலே தூக்கி வைத்து உட்கார்ந்திருந்த கும்பமுனியைப் புழுப்போலப் பார்த்தார்.

நேரே உள்ளே சென்று, குளித்து, குசினியுள் சென்று கட்டன் சாயா போட்டு, கும்பமுனிக்கு ஒரு தம்ளர் கொடுத்து, தனக்கும் எடுத்துக்கொண்டு, பொறுக்கப் பொறுக்க, ஊதியூதிக் குடித்தார். சற்று மிதமான குரலில் கும்பமுனியைப் பார்த்துச் சொன்னார்.

"பாட்டா... இந்த மாசக் கடைசியோட நான் ஜோலியை ராஜி வைக்கேன், என்னா?"

கும்பமுனி. சற்றும் சுவாரசியம் இல்லாமல் கேட்டார்.

"அதுக்கு நீரு சத்தீஸ்கர் கவர்னரா டே?"

"கேலி மண்ணாங்கட்டி வேண்டாம்... நீரு வேற ஏற்பாடு செய்துக்கிடும்"

"காரியம் என்னா? அதைச் சொல்லும்..."

"தாசீல்தார் ஆபீசு நடையிலே செத்துக் கெடக்க எனக்கு

தலையிலே எழுதல்லே பாத்துக்கிடும்."

"உம்ம தலையெழுத்தை உமக்கு வாசிக்கத் தெரியுமா?"

கண்ணுபிள்ளைக்கு வெப்ராளம் ஏறி அடித்தது.

"எனக்கும் பேசத் தெரியும் கேட்டேரா?"

"சமானப்படும் வே! இப்பம் என்ன ஆயிப்போச்சுண்ணு சோலியை ராஜினாமாச் செய்யப் போறேன்ங்கேரு?"

"இந்தக் கடல்தண்ணிக் கொடம் கொண்டார என்னால முடியாது... வேணும்ணா ஒரு காரியம் செய்வோம்... கடப்புறத்துக்கு ரெண்டு பேரும் சேர்ந்து போவோம்... பதுக்கப் பதுக்கப் பாறைமேல ஏறி நிப்போம்... யாரும் பாக்காம ஒம்மைத் தள்ளி விட்டிருகேன்... கால் இடறியோ கொடுங்காற்று அடித்தோ கடல்லே விளுந்து செத்தார் மூத்த தமிள் எளுத்தாளர்னு செய்தி போடுவான்... எதுக்குப் போயி சாவுத வரைக்கும் காத்திருந்து சுட்டுக் கருக்கி கடல் தண்ணியிலே கரைக்கணும்?"

கும்பமுனி சற்று நேரம் வித்து முளைக்கும் தன்மையில் இருந்தார்.

"சரி வே! உம்மால முடியாதுண்ணா விடும்... கடல் தண்ணி எதுக்கு? நம்மூரு பாறையாத்துத் தண்ணி போரும்... இன்னரு நீர்க் கங்கையாறும் பாறையாறே!"

"அப்பம் அது ஒரு கொடம் முன்பேறாக் கொண்டு வய்க்கணுமா?"

"அதைப் பொறவு பாப்பம்... இப்பம் அந்தக் கவலை எதுக்கு?"

ஒருமாதம் பொறுத்து மாவட்ட ஆட்சித் தலைவர் அலுவலகத்தில் இருந்து, அரக்கு முத்திரை இடப்பட்ட, சாணித்தாள் கவரில் பதிவுத் தபால் ஒன்று வந்தது. 'தங்கள் கோரிக்கை ஏற்றுக்கொள்ளப்பட்டது. இருபது லிட்டருக்கு மிகாமல், ஒரு கேன் கடல்நீர் ஒருமுறை முகந்து கொள்ளலாம். அதற்கு முன்பாக அரசு சார்நிலைக் கருவூலத்தில் உரிமைத் தொகையாக ரூ. 1,27,439/- செலுத்தி ரசீது பெற்றுக்கொள்ள வேண்டும்' என்று குறிப்பிட்டிருந்தது.

தவசிப்பிள்ளை கண்ணுபிள்ளைக்கு வாய்கொள்ளாச் சிரிப்பு. கும்பமுனி முகம் முன்பு சொன்ன உவமை ஒன்றை ஒத்திருந்தது.

நவம்பர், 2014

அன்றும் கொல்லாது, நின்றும் கொல்லாது!

வேறு போம் வழி என்ன? கடல் போல் விரிந்தும் பரந்தும் கிடந்த, கருங்கல் வரிகள் பாவிய, இரு குடும்பங்களும் சொருமிப் பாய் வாழ்ந்த, கிழக்குப் பார்த்துப் பொங்கல் விடும் முற்றம். குறுக்கே நீள வாட்டத்தில் சுவர் வைக்க, கொத்தனார்களும் கையாட்களும் வந்துவிட்டனர். கைப்பணிப் பலகை, முழுக்கோல், சிறுகோல், ரசமட்டம், குண்டு நூல், கரண்டி, சிமெண்ட் சட்டி, மண்வெட்டி சகிதமாக. எஞ்ஞான்றும் தகர்க்க இயலாத பிரிவினை. சுட்ட செங்கல்களும், அரித்த பழையாற்று சிறு மணலும் நடுமுற்றத்தில் கிடந்தன.

எப்படி அளந்து பார்த்தாலும், முற்றத்தை நெடுநீளமாகப் பார்த்துக்கொண்டு, அமர்ந்த கோலத்தில் இருக்கும் புலை மாடனையும் புலைமாடத்தியையும் ஒரு பங்கில் வரும் விதத்தில் பாகம் பிரிக்க இயலவில்லை. வடபங்கில் புலைமாடத்தியும் தென்பங்கில் புலைமாடனும் போய் விழுந்தார்கள்.

சுவர் வைக்கும் கால்கோளின் போது சின்னையா கேட்டார்.

"சாமி பீடத்தை என்ன செய்யப் போறயோ டே?"

மூத்தவன் சொன்னான் - "புலமாடன் இதுவரை நாட்னது போரும் சின்னையா! அவனுக்கே குடுத்திரும்!"

"என்னடே, சின்னவனே! உன் பங்கிலே சாமிக்குப் பீடம் போட்டுக்கிடுகியா?"

"எனக்கு என்னத்துக்கு சின்னையா இந்தச் சள்ளை, காலம் பூரா? பொம்பள நடமாட முடியாது! ஒரு நல்ல நாளுண்ணா வெளீல போக முடியாது! கொழுக்கட்டை அவிச்சாலும், ஓர்மையாட்டு, உப்புக்கூடப் பார்க்காம, பீடத்துக்கு முன்னால கொண்டு வைக்கணும் மொதல்லே..."

"அப்பிடி என்னடே, புலைமாடன் ஒங்களைக் கஸ்டப் படுத்தீட்டாரு? அஞ்சு தலமொறையாக் கூட இருக்காரு...

காவலுக்கு கெடக்காரு...”

“அப்பம் சின்னயா கூப்பிட்டுப் போயி, உம்ம வீட்டிலே பீடம் போட்டு, நிலையம் விட்டுக் குடுமேன்...”

“வேணுண்டே எனக்கு! எழவுக்கு வந்தவ தாலியறுப்பா பாரு? என்னண்ணும் போங்க... கூடுதலோ குறைவோ, உங்களுக்கு!”

செங்கலும் சுண்ணாம்பும் மணலும் கொண்டு செய்த உருவம்தான். என்றாலும் தெய்வமாக ஆவாகனம் ஆனது. களபமும் சந்தனமும் மஞ்சணையும் பன்னீரும் சாத்திப் பரிமளமானது. சிவந்தியும் பிச்சியும் அரளியும் கொழுந்துமாகக் கழுத்தில் புரண்டது. சாம்பிராணி, சூடத்தூப தீபங்கள் ஏற்று செண்டை, முரசு, பம்பை உடுக்கு, மகுடம் எனச் சிலிர்த்த மேனி உடையது. எனினும் மண்ணென்றால் மண்தானே!”

சுவர் வைக்க வந்திருந்த கொத்தனார்களும் கையாட்களும் சற்று நின்று வேடிக்கை பார்த்தனர். தென்காசி வழக்காகத் தீர்கிறதா என்று நிதானித்திருந்தனர்.

“புல மாடன், சொடலை மாடன், கழுமாடன், கருப்பட்டி மாடன், ஆயிரத்தெட்டு சாமிகளை வச்சு என்னத்தைக் கண்டோம்?” என்று புலம்பியபடி தம்பி வீட்டினுள் போனான். தனக்கும் இதற்கும் ஒரு பந்தமும் இல்லை என்று அண்ணன் வெயில் காய்ந்து நின்றான். கொத்தனார்களின் முகம் ஏறிட்டுப் பார்த்த சின்னையா, “பீடத்தைப் பேத்து பொறவாசல்லே ஆளுக்குப் பாதியாப் பங்கு வச்சு வீசீருங்க வே!” என்றார், தரிக்காமல்.

நம்பினார்க்கு சக்தி வாய்ந்த தெய்வங்கள்தாம். பாரக்கோலில் இரண்டு நெம்புதலுக்கு நிற்கவில்லை. பீடம் தலையணை போலப் பெயர்ந்து விழுவதை, முற்றத்தின் ஈசானிய மூலையில் இருந்து புலைமாடன் புலைமாடத்தி அருவங்கள் பார்த்து நின்றன.

குரல் கனத்து, சங்கு அடைக்க, சற்று மூக்கும் உறிஞ்சிக் கொண்டு, புலைமாடத்தி சொன்னாள். “பாத்தேளா? இதான் மனுசன் புத்தி! எத்தனை பிள்ளைப்பேறு, சாமத்தியம், கலியாணம் கூட நிண்ணு நடத்தி வச்சிருப்போம்! பண்டம்பாடி, கண்ணு காலி, மக்க மனுசாண்ணு எத்தனை வருசம் காவலு! பொக்கென ஓர் கணத்தே எல்லாம் போகத் தொலைத்து விட்டோம்!” என்று சொல்லி, மூக்கைச் சிந்தி பனைமரத் தூண் தூரில் துடைத்தாள்.

“ஏட்டீ! அந்தக் கடேசி வரி, பாரதிக்க பாஞ்சாலி சபதம்லா? விட்டுத் தள்ளுட்டீ! சவமே, போக்கிடமா இல்ல நமக்கு! எத்திசைச் செலினும் அத்திசைச் சோறே! வா, எறங்கு...”

“எறங்கலாம் மனுசா... ஆனா நாம இருந்த இருப்பென்ன, வாழ்ந்த பவிசு என்ன? கண்ட கொடை என்ன? கேட்ட வில்லுப் பாட்டு என்ன? முரசென்ன, பம்பை என்ன? உடுக்கை என்ன?”

“ஆம் காலத்தே மட்டிப் பழக் குலை, வருக்கைப் பலா, கருங்கோழிச் சேவல்... போம் காலத்தே கடப்பாரைத் தென்னல்... இதுதான் சிறுதெய்வப் பெருவாழ்வு... சரி! நிண்ணு அறுதலிப் பெருமூச்சு விட்டு என்ன காரியம்? நடயைக் கெட்டு...”

“தண்டம், சல்லடம், கச்சை, திருநீத்துக் கொப்பரை எல்லாம் எடுத்துக்கிட்டீரா?” என்றார் புலைமாடத்தி.

“ஏட்டி! நாம என்னா திசை பலிக்கா போறோம்? தெண்டித் திங்க விதிச்சாச்சு... குடிக்கக் கூழுக்குப் போக்கில்லே, கொப்பளிக்கப் பன்னீருக் குப்பியை எடுத்துக்கிடச் சொல்லு கியே! பைத்தியாரி...” என்றார் புலைமாடன்.

“ஒரு நிமிசம் நில்லும் மனுசா... நாமோ போறோம்ங்கதுக்கு ஒரு திருஷ்டாந்தம் காட்டாண்டாமா?”

“என்ன செய்யலாம்ங்கே? அண்ணந் தம்பி ரெண்டு பயக்களை கையைக் காலை மொடக்கீரவா?”

“ச்சே! அது ரெம்பக் கூடிப் போயிராதா? உண்ட வீட்டுக்கு ரெண்டகம் நெனைக்கலாமா?”

“பின்னே என்னதாம்டீ செய்யச் சொல்லுகே!”

“கொஞ்சம் பொறும்... முத்தத்து இடைச் செவுரு அரையாள் ஓசரம் வந்திரட்டும்... அப்பிடியே அம்பாரமா நிண்ண நிலைக்கு, தள்ளி விட்டுட்டுப் போயிரலாம்...”

“சரி! செவுத்தையே தள்ளீருவோம்...”

முப்பதடி நீள முற்றம். ஒற்றைச் செங்கல் வைத்துக் கட்டிக் கொண்டிருந்தார்கள். ஒவ்வொரு வரி செங்கலுக்கும் குண்டுநூல் பார்த்து, திருத்தமான செங்கல் பணி. காய்ந்த பிறகு இருவசமும் பூசிக்கொள்ளலாம். பிறகு காலத்துக்கும் கவலை இல்லை. தோளுயரம் வந்துவிட்டது குறுக்குச்சுவர்.

காலம் என்பது எவர் கைப்பிள்ளை?

நல்ல ராகு காலம் பார்த்து, அன்று செவ்வாய்க்கிழமை, மூன்று-நாலரை ராகுகாலம், கிழக்குப் பார்த்து நின்ற இருவரும்

சுவரை நோக்கி - இலக்கணக் குறிப்பு, சுவரை நோக்கி என்று எழுதுவதே சரி, சுவற்றை நோக்கி என்று எழுதுவது பிழை - ஊதினார்கள் "ப்பூ" என்று பெருமழைக்குச் சாயும் கொவர்ந்த மண்சுவர் போல 'பொளேர்' என மல்லாக்க விழுந்தது செங்கற் சுவர். நல்ல காலமாகக் கொத்தனார்கள், கையாட்கள் எவருக்கும் கை கால் எலும்பு முறிவு என்ற எந்த ரத்தக் கோறையும் இல்லை. இல்லை என்றாலும் தென்னை மரத்தை அடித்தால் பனை மரத்துக்கு நெறி கட்டுமா?

எல்லார்க்கும் திகைப்பும் பெரும் பீதியும்!

"நாப்பது வருசமா கொத்தனார் பணி செய்யேன். என் சர்வீசிலே இப்பிடி ஆனதில்லே..." என்ற விக்கித்த முகம் கோரம் காட்டியது.

சத்தம் கேட்டு இரு வீட்டுச் சனப்படையும் அக்கமும் பக்கமும்.

"புலமாடன் வேலையைக் காட்டீட்டான் பாத்தியா?" என்றார் எதிர்த்த வீட்டுக்காரர். அவருக்கு சங்கதியின் இருப்பும் கிடப்பும் தெரியும்.

மூத்த கொத்தனார் கண் காட்ட, பிற கொத்தனார்களும் கையாட்களும் கரண்டி, சட்டி, கைப்பணிப் பலகை, முழக்கோல், மண்வெட்டி எல்லாம் கழுவ ஆரம்பித்தனர்.

"என்ன டே, கையைக் கழுவீட்டுக் கரையேறுகியோ? நேரம் நாலுமணி கூட ஆகல்லே!"

மூத்த கொத்தனார் சொன்னார், "இனி பிரஸ்னம் வச்சுப் பாத்துக்கிட்டு ஆளைக் கூப்பிடுங்கோ என்னா? நம்மைக் கொண்டு மேற்கொண்டு செய்ய ஒக்காது... கண் கூடாப் பாத்தாச்சு..."

புலைமாடன், சகதர்மிணியைத் திரும்பிப் பார்த்துப் புன்முறுவல் பூத்தார், அல்லது புன்முறுவல் செய்தார், அல்லது புன்முறுவலித்தார், அல்லது புன்முறுவல் சிந்தினார்.

"என்ன, ஒரு ஒத்துத் தீர்ப்புக்கு வாறானுவளாண்ணு பார்த்துக்கிட்டுப் போவமா?" என்றாள் புலைமாடத்தி.

"என்ன பேச்சுப் பேசுகே? மதி கெட்டுப் போச்சா? மதியாதார் வாசல் மிதியாமை கோடி பெறும்ணு கேட்டதில்லையா? பீடத்தோட பேத்துப் போட்டானுகோ! கொஞ்சம் கூடப் பயமோ, பக்தியோ, ஜீவ காருண்யமோ, சமூக நீதியோ இல்லாம! இனிமே இவுனுக குடிகாவல் நமக்கு வேண்டாம். நீ

கெளம்பு...''

வாசல் பக்கம் பெரியதொரு வேம்பு நின்றது. மூன்று முறை மன்மத வருடம் கண்டது. மூத்தார் ஒருவர் வைத்துப் பிடித்தது. அதன் செழுங்கிளை ஒன்று தெருவைக் கவித்து நிழல் போர்த்திச் சாய்ந்திருந்தது. வேம்பு பழுக்கும் ஆனியாடி மாதங்களில் கிளிகளும் மைனாக்களும் உட்கார்ந்து சங்கம் வைத்துச் செம்மொழித் தமிழாயும். சிறார் வேப்பமுத்துப் பொறுக்க வருவார்கள். நள்ளென்ற யாமத்து இருட்டின் மோனம் கிழித்துப் பறந்து ஏகும் வவ்வால்கள் இலக்கற்ற வான்வெளியில்...

மருமகளால் வீடு கடத்தப்பட்ட மாமியாரின் மனநிலை யில் இருந்தாள் புலைமாடத்தி. கிழக்கு நோக்கித் தெருவில் படர்ந்து சூரியனையும் வாடையையும் தென்றலையும் சாரலையும் உண்டு வாழ்ந்திருந்த வேப்பமரத்துச் செழுங்கிளை அவள் கண்ணில் பட்டது. கோடரி கொண்டு வெட்ட இரண்டு பேர் வேண்டும். மின் அறுப்பான் முயலலாம் சில மணித்துளிகள். ஓரடி விட்டத்துக்கும் குறைவற்ற கருநீல வைரம் பாய்ந்த கிளை அது.

பம்பை பறட்டையாகக் கிடந்த தலையைச் சொறிந்து நகக் கண்ணில் கறை ஏறிக்கிடந்த இடது கைச் சுண்டுவிரலால் கிளையைத் தொட்டுத் தாழ்த்தினாள். மடமடவெனப் பெருஞ் சத்தத்துடன் தெருவை மறித்துக்கொண்டு சாய்ந்தது கிளை.

"ஐயையோ... இதென்ன கூத்தாட்டு இருக்கு?'' என்றாள் ஒருத்தி, திகைத்து.

"காத்துமில்லே, மழையுமில்லே... இலை கூட அனங்கல்லே... என்ன கேடு காலமோ?'' என்றாள் மற்றொருத்தி, பதைத்து.

"கேடு காலந்தான், வேற என்னா? சிமெண்ட் சாந்து வச்சுக் கெட்டின மதிலு அம்பாரமா சரிஞ்ச கதை எங்கிணயாம் கேட்டிருக்கியா? உப்புத் தின்னா தண்ணி குடிக்கணுமே!''

சற்று நேரம் பள்ளிக்கூடப் படிப்புரையில் இருந்து, சாலையில் போவோரை வருவோரை, ஆத்துக்குக் குளிக்கத் துவைக்க வருவோரை, தண்ணீர் கோரப்போகும் பெண்டிரை, வயற்காடுகளுக்குப் போய்வருவோரை, வெறித்துப் பார்த்துக் கொண்டிருந்தனர் இருவரும்.

அகத்தே அன்றிப் புறச்சுமை ஏதுமில்லை. மாற்றுத் துணி இல்லை, பல் தீற்ற, தலைக்குத் தேய்க்க, மேலுக்குப் புரட்ட ஏதும் தேவையற்ற அரூபப் பிறவிகள். அடுத்திருப்பது தெரியாது. ஆனால் அடுத்தே அமர்ந்திருக்கும்...

பொழுது சாயத் தொடங்கியது. கறவைகள் திரும்பின. பறவைகள் கூடடைந்தன. உள்ளூர் நூலகத்தின் வானொலி, பால்குடி மாறிய பிள்ளை முதல் பல் விழுந்து பாடையில் பயணம் செய்யக் காத்திருக்கும் கிழடு வரை காமம் கிளர்த்த ஆரம்பித்திருந்தது. யாவும் குறி விதிர்ப்பை தேர்ந்துரைத்த பாடல்கள்... புலைமாடன் செவிப்பட, காமப் பார்வை ஒன்றை புலைமாடத்தி மீது பரவ விட்டான்.

“ஆமா... நேரம் பார்த்திருக்காரு... மொதல்ல கெடக்க எடம் பாரும் மனுசா!” என்றாள் மாடத்தி.

“இருட்டட்டும் செல்லம்... இத்தனை மாமாங்கம் வாழப்பட்ட ஊர்லே, நமக்குண்ணு ஒரு எடம் வாய்க்காமலா போயிரும்?”

இரவு உணவும் கடைசித் தொலைக்காட்சி நாடகமும் ஆனபிறகு, கதவடைத்து விளக்கணைக்க ஆரம்பித்தனர் ஊர் மக்கள். தெய்வங்களுக்கு ஊண், உறக்கம், வெயில், மழை, பனி, கொடுங்காற்று, ஒளி, இருள், ஆதார் அட்டை என ஒன்றுமில்லை. என்றோ எவரோ எழுதியபடி - ஊழிக்கு ஒரு உட்சுவாசம், ஒரு வெளிச்சுவாசம்.

நினைத்த பொழுதில் நினைத்த இடம் ஏறும் நியதிக்கு ஆட்பட்டு, முத்தாரம்மன் கோயில் படிப்புரைக்குப் போனார்கள். வடக்குப் பார்த்த வாசல். பெரும்பாலும் முத்தாரம்மன், முப்பிடாதி அம்மன் யாவரும் அந்தப் பகுதியில் வடக்குப் பார்த்தே அமர்ந்த வடக்கு வாழ் செல்விகள்.

கோயில் முன்வாசலின் இரு சிறகுகளிலும் இரண்டிரண்டு பேர் புரண்டு படுக்கலாம். நேர்ச் சிறகில் பக்கத்துக்கு நான்கு பேர் இருக்கலாம். எதற்கு எவருக்கும் இடைஞ்சல் என்று கிழக்குப் பக்கம் இருந்த வான் பெரிய நீளப் படிப்புரையில் வந்தமர்ந்தனர்.

முத்தாரம்மனுக்கு வைரவன் காவல். எப்போதும் அம்மனுக்குப் பக்கத்திலே வைரவன். பாரப்பிள்ளை புலைமாடன். ஆனால் அந்தத் திருத்தலத்தில் புலைமாடனுக்கு நிலையம் இல்லை. கோயில் வளாகம் மொத்தத்துக்கும் காவல் அரவணைப் போத்தி என்று கிழக்குச் சுவரின் சாம்பான் சாமி. தெய்வத் திருமேனிகளின் வாசம் உணர்ந்து அரவணைப்போத்தி எட்டிப் பார்த்தார்.

அரவம் உணர்ந்த புலைமாடன், திரும்பிப் பார்த்து, “என்னா போத்தி, சொகம் தானா?” என்றார்.

“சொகத்துக்கென்னா? எங்க, ஒரு நாளுமில்லாத் திருநாளா

நாச்சியாரையும் கூட்டிக்கிட்டு? ஊரடங்கு முன்னே நகர்வலமா?”

“இல்லடே! சங்கதி இப்பிடி யிப்பிடியாக்கும்... போக்கிடம் இல்லாம ஆயிப் போச்சு... கைலாசத்திலிருந்து எறங்கி வந்தாச்சு... ஏறிப் போகப்பட்ட தடமும் ஓர்மையில்லே! எண்ணிறந்த பேய்ப்படையும் ஏகப்பட்ட ஆயுதமும் இருந்த காலம் போச்சு... கொல்ல வரம், வெல்ல வரம் எல்லாம் போச்சு... குந்த இடமும் குண்டித் துணியும் தர்க்கத்துக்கு வந்தாச்சு...”

சற்று அனுதாபத்துடன் ஆழ்ந்து இரங்கி ஆலோசித்தார் சாம்பான் சாமி அரவணைப்போத்தி.

“இங்கிணயே இருந்துக்கிடலாம்... எதுக்கும் அம்மன் கிட்டேயும் வைரவன் கிட்டேயும் ஒரு வார்த்தை சொல்லீரும்... நீரு பாரப்பிள்ளை... உமக்கு இல்லேண்ணா சொல்லப்போறா? ஆனா காரியம் முன்னைப்போல இல்ல பாத்துக்கிடும்... பகலானா தாயக்களி, சீட்டுக்களி, நாயும் புலியும்... கருங்கல்லிலேயே கட்டம் வரஞ்சு வச்சிருக்கதைப் பார்த்தேரா? பின்னே, அஞ்சாறு கூதறப் பயக்கோ கெடந்து, சூம்படஞ்ச ஒறக்கம்... தண்ணியைப் போட்டுக் கிட்டு வந்து தி.மு.க. ஒருபக்கம் அண்ணா தி.மு.க. ஒரு பக்கம் கட்சிச் சண்டை... அன்னைக்கு ஒரு நா ராத்திரி, ரெண்டு பயக்கோ ஒரு பிச்சைக்காரிக் குட்டியைத் தள்ளீட்டு வந்திற்றாம் பாத்துக்கிடும்... உமக்கு இங்கிண பீடமும் இல்லையா, எப்பிடி சகிச்சுக்கிட்டு கெடப்பேரு? அம்மை வேற கூட இருக்கா! ஒத்தப்பொறம் கூட்டாளியும் இல்லே!”

புலைமாடன், புலை மாடத்தியைப் பார்க்க இருவரும் எழுந்தார்கள். பதறிப் போய்ச் சொன்னார் அரவணைப் போத்தி, “அதுக்கு இப்பம் நான் உங்களைப் போகச் சொல்லலியே...”

> ‘தலையின் இழிந்த மயிரனையர் மாந்தர் தம்
> நிலையின் இழிந்தக் கடை’

என்றொரு திருக்குறளை வீசிவிட்டு எழுந்து நடந்தார்கள்.

வேறெந்த பேய்க்கோயிலில் இவர்களை அண்ட விடுவார் கள்! ஏற்கெனவே இருபத்தேழு வாதைகளுக்கும் இட நெருக்கடி! ரேஷன் கார்டுக்கும் வாக்காளர் அட்டைக்கும் அடிதடி!

யோசித்துப் பார்த்ததில் எங்குமே இடம் காலியில்லை. இஸ்லாமியருக்கு வீடு தருவதில்லை, தலித்துகளுக்கு வீடில்லை, மாமிசம் உண்பாருக்கு வீடில்லை வாடகைக்கு என்பதுபோல... சாத்தாங்கோயில் பிள்ளையார் கோயில் சுற்றுப் பிரகாரங்களில் உட்கார நீதமில்லாமல் பார்த்தீனியம், எருக்கு, குருக்கு, நாயுருவி, சீமைக் கருவேலம் மற்றும் பிளாஸ்டிக் அடைசல்கள், பாலிதீன்

கவர்கள், குடித்துப்போட்ட கால் குப்பிகள், நாய் விட்டை. அனைத்து ஆலமர மூடுகள், அரசமர மூடுகள், வேப்பமர மூடுகள், வில்வமர மூடுகள், பூவரச மர மூடுகள் Ocuupied ஆக இருந்தன. தென்னைமர, புன்னைமர, புங்கமர, முருங்கமர மூடுகள் தெய்வங்கள் உறைய உகந்தவை அல்ல. புலி பசித்தாலும் புல்லைத் தின்னுமா? மருதமர மூடுகளில் ஒண்டுக் குடித்தனங்களாக நாகர் பெரும்படை... ஆதிசேசன், வாசுகி, கார்க்கோடகன், அனந்தன், தக்கன், சங்கன், பதுமன், குளிகன் போன்ற பெருநாகங்களுக்கு அரண்மனை வாசம்...

மனச்சோர்வுடன் நடக்கும்போது, கல்லுப் படிப்புரை வீட்டுத் தென்மேற்கு மூலையில் இருந்து, இருட்டை இடை வெட்டிச் சிறுமியின் குரலொன்று ஒலித்தது.

"யாத்தா! பெரியாயி... எங்க நடைக்கெல்லாம் வரவே மாட்டியே? இங்க யாரு வீட்டுக்குப் பொறப்பாடு?"

புலைமாடத்தி வெடுக்கெனத் திரும்பினாள்.

"ஏட்டி, நீ கல்லுப்படி வீட்டுக் கன்னியா? ஏ மக்கா, ஏன் இந்த ரெண்டுங்கெட்ட நேரத்திலே வாசல்படிப்புரையிலே வந்து உக்காந்திருக்கே!"

"எம்மா! பொலமாடத்தி! இன்னும் என்ன ஓர்மை இருக்கா? பத்து அம்பது வருசம் இருக்குமே, உங்க வீட்டு முத்தத்திலே வந்து நான் வெளையாடி! உங்க வீட்டுப் பொறவாசல்லே மஞ்சணத்தி மூட்டுக் கருநாகம் கொத்தித்தானே செத்துப் போனேன்... உனக்க பீடத்துக்கு முன்னால தான தூக்கிக் கெடத்திப் போட்டிருந்து... நீ நெனச்சாக் காப்பாத்தி இருக்க லாம்..."

"எங்களைத்தான் மலையாளத்தான் வாயைக் கெட்டிப் போட்டிருந்தானே! திருஞானசம்மந்தனோ அப்பர் சுவாமிகளோ இருந்திருந்தா பதிகம் பாடி உன்னை உசிரோட எழுப்பி விட்டிருப்பா... போட்டு மக்கா... விதிச்சது தானே நடக்கும்! செல்லும் செலவுமா இருக்கியாட்டி?"

"என்னத்தச் சொல்ல என்னைப் பெத்தவளே! ஏதோ இருக்கேன்... கன்னிமூலைண்ணு பேரு... ஆம்பிள்ளைகளுக்குத் தான் அறிவில்லாமப் போச்சுண்ணா பொட்டைச் சிறுக்கியோ என்ன ஆட்டம் போடுகாளுவோ? கேளு தாயி! வீட்டிலே ஒரு வடை சுட்டாண்ணு வையி, ஒரு தட்டிலே ரெண்டு கன்னிக்கு வைக்க மாட்டாளா? முத ஈடு தானே புட்டுப் புட்டுத் திங்கா பாத்துக்கோ... என்ன பாக்க வச்சு, கொழுந்தனைக் கெட்டிப்

புடிக்கா... எனக்கு ஒரு டரங்குப் பெட்டியும் அதுக்குள்ளே மூணு வருசம் மிந்தி எடுத்த பாவாடை தாவணியும் கண்ணாடி வளையலும் உண்டும். ஒரு நல்ல நாளு பெரு நாளுண்ணா நம்மளை யாரு கூட்டாக்குகா?"

"அதான் ஊரடங்குன பெறகு இப்பிடி நடமாடுகி யாக்கும்?"

"பின்னே என்ன செய்யச் சொல்லுகே? வீட்டுக்குள்ளே நடமாடினா பாவம் சின்னப் பிள்ளையோ பயந்து உறக்கம் கெடும்... நம்மோ சலங்கையைக் கழத்தி வச்சுக்கிட்டு நடமாட முடியுமா? அது கெடக்கட்டும்! எம் பொறப்பு இப்பிடிப் போச்சு... ஒங்களுக்கு என்ன புத்திமுட்டு?"

"அது பெரிய கதை மக்கா... இப்பிடித் தெருத் தெருவா நடக்கும்படி ஆகிப் போச்சு..."

"ஏன்? அங்கேருந்து கெளப்பீட்டாளா? அப்ப குடியிருக்க எடம் தேடியாக்கும் பொறப்பாடு! சரி, ஒரு காரியம் சொன்னா கேப்பேளா? சின்னச் சவம் அறியாமப் பேசுகுண்ணு தள்ளீரப் பிடாது..."

"சொல்லு மக்கா!"

"நம்ம களத்திலே தொழுவத்தை ஒட்டுன மூலையிலே தெக்குப் பாத்து ஒரு பீடம் உண்டும்... அதுவும் புலமாடன், புலமாடத்தியும்தான்... கன காலமா அனக்கமே காணோம்... எடுபட்டுப் போயிட்டாங்க போல... பேசாம அங்கிண போயிக் குத்தவைங்க. இந்த மயிராண்டிகளுக்குத் தெரியவா போகு, இது வேற குடியாக்கும்ணு? எப்பிடியும் வருசத்துக்கு ஒரு சிறப்பு உண்டும்... அம்மன் கோயில்கொடைக்கும் சாத்தாங்கோயில் நம்பிரான் வெளையாட்டுக்கும் படுக்கை உண்டும்... ஆடு கோழி இல்லேண்ணாலும் கோழி முட்டையோ கும்பளங்காயோ பெலி குடுப்பானுகோ..."

தம் தலைவிதியை எண்ணி சற்றுக் கலங்கினார்கள்.

கன்னி தொடர்ந்து பேசினாள் - "ஒண்ணும் யோசிக்காண்டாம் ஆத்தா... பேசாமப் போயி குத்த வைங்கோ... இதை விடத் தோதான எடம் உனக்கு வாய்க்கவா போகு? எனக்கும் ஒரு கூட்டு ஆச்சு!"

"சரி மக்கா... நீ நம்ம பிள்ளே... ஆலோசிக்கட்டும்..."

"ஆனா ஒரு காரியம்..."

"என்னட்டீ கண்டிசன் போடுகே?"

"கண்டிசன் இல்லே... நீங்க அங்க உக்காந்ததுக்கு எனக்கொரு திருஷ்டாந்தம் காட்டீரணும்..."

"உனக்குப் புடிக்காத யாரையாம் சொல்லு... கையைக் கால மொடக்கீருவோம்..."

"நம்ம தொகுதி எம்.எல்.ஏ. ஒருத்தன்... பத்து வருசமாட்டு... மாட்டுச் சந்தையிலே தலைமுண்டுக்குள்ளே கைபோட்டுத் தரகு பேசினவன். இப்பம் கொட்டாரம் போல வீடு... புது காரு... பதினாலு லாறி ஓடுகு..."

"ஓடட்டுப் போகு... உனக்கென்னா?"

"இட்டிலி, தோசை, இடியாப்பம், கொழுக்கட்டை, ஆப்பத் துக்கு மாவரச்சு எக்ஸ்போர்ட் பண்ணுக பேக்டரி வச்சிருக்கான்..."

"நாட்டுக்கு நல்லது தானே! தொழில் பெருகும்..."

"வேலைக்குப் போன ரெண்டு கொமருகளைக் காணோம்... நாலு பேருக்கு வயத்திலுண்டும்... சம்மதிச்சுப் போறவளையெல் லாம் நான் கணக்கிலே சேக்கல்லே..."

"என்ன செய்யலாம்ங்கே?"

"காலம்பற அஞ்சுமணிக்கு காரிலே வந்து நம்ம ஆத்தங் கரையிலேதான் வாக்கிங் போவான்..."

"சரி..."

"நடந்து போகச்சிலே ஒரே அடி... ரெத்தம் கக்கிச் சாகணும்..."

"ஏன்? எதிர்க்கட்சிக்காரன் மேலே போலீசு எஃப்.ஐ.ஆர். போடதுக்கா? பாவம்லாட்டி எதிர்கட்சிக்காரன்?"

"நீங்கள்லாம் பின்ன எதுக்குத்தான் தெய்வம்? அண்ணும் கேக்காம, நிண்ணும் கேக்காம? சும்மா அரிசிப் பாயசத்துக்கு செலவாட்டு? பொறப்பட்டு வந்த எடத்துக்கே போய்ச் சேருங்கோ..."

சுருக்கெனத் தைத்தது புலைமாடனுக்கும் புலை மாடத்திக் கும். வலிதோய்ந்த குரலில் புலைமாடன் சொன்னான்...

"சரி மக்கா! நீ உன் டிரங்குப் பெட்டிக்குள்ளே போயிப் படு... நாங்க இப்பிடியே போறோம் பையப் பைய... கும்பிடப் பட்டவனுக்குத் தெய்வம் வேணுமாண்ணு கூவிக்கிட்டு..."

மேற்குப் பார்த்து பழையாற்றின் கரைநோக்கி, நடை தளர்ந்து இருவரும் போவதைக் கண்கொட்டாமல் பார்த்துக் கொண்டிருந்தது கன்னி. முதுமையும் தொய்வும் சலிப்புமானவர்

களை காலம் எப்போது கைலாசம் கொண்டுசேர்க்கும்?

பழம் தின்னி வவ்வால் ஒன்று வடக்கிருந்து தெற்குப் பாய்ந்தது. எங்காவது புன்னையோ கமுகோ பழுத்திருக்க வேண்டும். தெருமூலை வீட்டுப் புறவாசலில் நின்ற மாமரத்தில் இருந்து கூகை ஒன்று கூவியது. இரவும் இருளும் நள்ளென்று ஒலித்தன. கன்னி தனது விடுதலையைச் சிந்தித்தவாறு டிரங்குப் பெட்டிக்குள் ஒடுங்கலாயிற்று.

ஆனந்தவிகடன் - மார்ச் 2015

கறங்கு

சுடலைமாடனுக்கு நெஞ்செரிச்சலும் வயிற்றுப் பொருமலுமாகி, புங்கு புங்கென்று கோபமும் வந்தது. ஒரு புல்லும் தன்னைப் பொருட்படுத்துவது இல்லை என்ற ஆங்காரம் வேறு. முன்னொரு காலம் பட்டப் பகலில், நட்ட நடு வெயில் கொளுத்தும் போது அந்த வழி நடக்கும் ஆடவர், அவர் திசைப்பக்கம் திரும்புவதில்லை அச்சத்தால். பெண்டிர் பற்றிப் பேசல் வேண்டுமோ?

சுடலையின் பின்பக்கம், ஆற்றங்கரையோரம் நிற்கும் இரண்டு நெட்டைத் தெங்குகளில் இருந்து தேங்காய் நெற்றுக்கள் முற்றி, அடந்து கீழே தொப்பென ஒலி எழுப்பி வீழ்த்தாலும் எவரும் சென்று பொறுக்குவதில்லை. சுடுகாட்டுப் பேய்களும் தென்னை நெற்றுக்கள் எனச் சுருண்டு கிடக்கும் என்ற கிலி. அவ்விதம் கண் மறைவாகத் தாழம்புதரினுள் விழுந்த காய்களில் சில முளைத்து பல்லுயரங்களில் வளர்ந்து நிற்கின்றன.

'ஆற்றங்கரையின் மரமும் அரசறிய வீற்றிருந்த வாழ்வும் விழும் அன்றே' என்றார்கள். அப்படித்தான் விழுந்துவிட்டது போலும் சுடலையின் வாழ்வும். மாசி, பங்குனிச் சூரியக் கதிர் தப்பித் தவறியும் தலையில் விழுந்துவிடாமல் படர்ந்து செறித்து நின்ற ஆலமரத்துக் குடை. ஒரு காலத்தில் தமிழ்த் திரையுலகில் கொடிவீசிப் பறந்து, அங்க லாவண்யங்களை ஆட்டியும் குலுக்கியும் காட்டி, செம்பட்டை மீசை குருக்காத விடலைகளின் உறக்கம் கெடுத்திய காமுகிஸ்ரீ, இன்று வடசேரிச் சந்தையில் கூறுவைத்த சீனி அவரைக்காய் அள்ளுவதுபோல் ஆகிவிட்டது சுடலையின் வாழ்வுச் சக்கரம். மேலது கீழாய், கீழது மேலாய்.

சுடுகாட்டுச் சுடலை அவன். வான்பெரிய கொடை நடக்கும் நாளிலும் பெண்கள் கோயிலுக்கு வரமாட்டார்கள். காது வடித்துப் பாம்படங்கள் போட்ட கிழவிகள் வந்தால் உண்டு. காலனையும் கேள்வி கேட்ட கிழவி உண்டு நம் மூதாய் களில். வெட்டுப்பட்ட வெள்ளாட்டுத் தலையை வண்ணார் தூக்கிப் போவதைத் தவிர்த்து வேறு எந்தப் பொருளும்

ஊருக்குள் கொண்டு போகப்படுவதில்லை, பிரசாதமாகக்கூட. பொங்கிப் பொரிக்கும் படப்புச் சோறு போவதில்லை. செந்துளுவன், சிங்கன், மட்டி, ரசகதலி, பாளையங்கோட்டன், பேயன், வெள்ளைத் துளுவன் பழக்குலைகளும் மாம்பழங்களும் நீட்டவாக்கில் பிளந்து படைக்கப்பட்ட வருக்கைச் சக்கைப் பழங்கள் வெள்ளரி எல்லாமுமே...

மறுநாள் உச்சிக்கொடை முடிந்ததும் வந்தோருக்கும் நின்றோருக்கும் வழிப்போக்கருக்கும் வயல்வெளியோரங்களில் ஆடுமாடு மேய்ப்பவருக்கும் பங்கு வைத்துக் கொடுத்துவிடுவார்கள். அரளியும் பிச்சியும் மாலைகளாக, தாழம்பூவும் கமுகம்பூவும் கொத்துக்களாக, படப்பாகத் துளசியும் வாடிக்கிடக்கும் கனகாலம்.

கிழக்குப் பார்த்த சுடலை. பின்புறம் பூதப்பாண்டியில் கிளை பிரியும் புத்தனாறு. அதன் முதலாம் கண்ணறை, தாழக்குடி வீர கேரளப் பேரேரி. புத்தனாறு கிளைபுரியும் இடத்தில் தாடகைமலை அடிவாரம். பழையாற்றில் ஒரு காலத்தில் தாடகையே கால் நனைத்திருக்கக்கூடும்.

சுடலைக்கு முன்னால் சுடுகாட்டுக் குழிகள் இரண்டு மூன்று சாதிக்கு ஒன்றாக. சுடுகாட்டுக் காவலில் சுடலை, சிதைத் தீயை உற்றுப் பார்த்தவாறு, ஈமப்புகையை உள்ளிழுத்து சுவாசித்து கருங்கல் மேனியில் சாம்பலாய் சுடலைப்பொடி பூசியபடி...

சுடலை செல்வாக்குடன் நின்ற காலத்தில் ஆண்டுக்கு ஒரு கொடைக்குப் புத்திமுட்டு இல்லை. மாதந்தோறும் கடைசி வெள்ளி முன்னிரவில் சின்னத் தோதில் படுக்கை உண்டு. சுடுகாட்டுச் சுடலை என்றாலும் கோயிலின் உரிமைப்பட்டவர்கள் ஒரு குடும்பத்தினர். குடும்பக்காரர் எவர் வீட்டில் சுகமாய்ப் பேறு நடந்தாலும், கல்யாணம் தீர்மானமானாலும், சுடலைக்கு படுக்கை உண்டு. 'கூப்பிட்ட கொரலுக்கு விளி கேட்கும்', 'ஆபத்து நேரத்திலே தலைமாட்டுலே வந்து நிக்கும்' என்று சுடலைக்கு குடும்பத்தினர் யாவரிடமும் பெரிய அபிமானம். ஆண்டுதோறும் கொடை முடிந்தவுடன், அடுத்த கொடைக்கு வெட்ட என நேர்ந்துவிடும் வெள்ளாட்டு மறி உண்டு. வீட்டுக்குள் அதற்கு சர்வசுதந்திர பாத்தியதை. எவரும் "சீ, போ வெளியே" என்று சொல்லமாட்டார்கள். அடுத்தநாள் பச்சரிசி மாவுப் புட்டில் போட்டுப் பிசைந்து சின்ன, கனிந்த பேயன் பழம் வாங்கி வைத்திருப்பார்கள். நேர்ச்சை ஆடு வாய் வைத்துக் கடித்துத் தோலோடு தின்னும். "என்னா? சொள்ளமாடனுக்கு

பேயம்பழத்திலே ஆசை வந்திட்டா? சரி சரி, திண்ணு… உனக்குப் போகத்தான் எல்லாம்” என்று செல்லம் கொஞ்சுவார்கள் ஆச்சிகள், பாம்படம் அசைந்தாட.

காலங்காலமாக நின்றுகொண்டிருந்தான் சுடலை, கால் கடுக்க, கால் மாற்றிக் கால் மாற்றி. மூவர்ணக் கொடியேந்திய கள்ளுக்கடை மறியலையும் பார்த்தான். இரு வண்ணக் கொடியேந்திய இந்தி எதிர்ப்புப் போராட்டமும் பார்த்தான். கப்பி ரோடு, தார்ச்சாலை ஆனது. வில்வண்டிகள், சக்கடா வண்டிகள் போய் பல்வகைக் கார்களும் குட்டியானை டெம்போக்களும் வந்தன. சைக்கிளில் டபுள்ஸ் போனவரைப் பிடித்து காப்பித்தண்ணிக்கு வழிபார்த்த போலீஸ்காரர்கள் ஹெல்மெட் அணியாதவரைப் பிடித்து குவார்ட்டருக்குத் துட்டு சேர்த்தனர்.

கொஞ்சகாலமாக, முன்னிரவுகளில், மட்டமான மதுக்குப்பிகள் வாங்கி, கடையில் வாங்கிய முட்டை போண்டாவுடனும் வீட்டு அடுக்களையில் களவெடுத்த ஊறுகாயுடனும், சொட்டுக்கூட ஏற்றத் தாழ்வு வராமல் பங்குவைத்துக் குடித்து மதுப் பயிற்சி செய்தனர் யோக்கியப் பெயரிய இளைஞர்கள். காலி போத்தலை, பிளாஸ்டிக் தம்ளர்களை, எச்சிற் காகிதங்களைச் சுடலையின் தட்டகத்தில் வீசிவிட்டுப் போனார்கள். பக்கத்து வயல்களில் நாற்று நட, களை பறிக்க, உரம் சுமக்க, தாள் பிடுங்க வந்த பெண்கள் சுடலையின் ஆலமரத்து நிழலில் கால் நீட்டி அமர்ந்து, பித்தளைத் தூக்குவாளியில் கொணர்ந்திருந்த புளித்த பழையது குடித்து, வெற்றிலை சவைத்தனர். அவருள் தீண்டடக்காரி எவள் என்ற கணக்கெடுப்பில் நின்றான் சுடலை.

தலையில் இருந்து உதிர்ந்த மயிரெனப் போனோம் என்று தோன்றியது சுடலைக்கு. குடும்பத்தார் கதையே கட்டிலில் இருந்து இறங்கி, திண்ணைக்கு வந்துவிட்டபோது, கோயிலுக்கு எங்கே கொடை கொடுப்பார்கள்?

ஐம்பதாண்டுகள் முன்பு, புன்னார்குளம் கோலப்பபிள்ளை வில்லுப்பாட்டு, கை வெட்டும் கணியான், தங்கப்பழம் குழு நையாண்டி மேளம், கும்பாட்டம், உள்கோயில் மேளம், கிடா வெட்ட ஒற்றை முரசு, குரவை, கோமரம், கிடாவெட்டு, அரைக்கச்சை சல்லடம், தோள் கடயங்கள், பாய்ச்சல் கயிறு, பொன்போல் மினுங்கும் திருநீற்றுக் கொப்பரை, வெள்ளி வெட்டுக்குத்தி, காற்சலங்கை, தலையில் வரிந்து கட்டிய பாகை, அதில் இரு மருங்கும் செருகிய தாழம்பூக் குறுமடல் கொம்பு… என்ன, என்ன, என்ன, என்ன, வெட்டி விறைத்து நடந்ததும் என்ன? இன்றைய ஆளுங்கட்சி மாமன்ற உறுப்பினர்போல

அன்று மூர்க்க விழி விழித்தவன்தான் சுடலை.

இன்றோ வெள்ளிக்கிழமைகளில் விளக்குப் போட ஆளில்லை. குண்டிக்குத் துணியும் இல்லை, கும்பிக்குக் கூழும் இல்லை. எட்டுப் பத்து மாதங்கள் முன்பு பங்குனி உத்திரத்துக்குப் படுக்கை வைத்தபோது கழுத்தில் போட்ட மாலையின் அரளி எல்லாம் சருகாகி உதிர்ந்து, காய்ந்த வாழைநார் கழுத்தை அறுத்தது. கிழட்டுத் தள்ளை நாயொன்று ஒருநாள் காலடியில் வந்து சோம்பிக் கிடந்தது. 'சவத்தை சமுண்டித் தள்ளீருவோம்' என்று தூக்கிய இடது பாதம் சுளுக்கிக்கொண்டது.

எல்லாம் தாங்கிக் கொள்ளலாம். அந்திக் கடையில் மீன் வாங்கி, மூவந்திக் கருக்கலில் திரும்பிக்கொண்டிருந்த விதவைப் பேரிளம் பெண்ணை, பக்கத்தூர் பிள்ளையார் கோயிலில் சாயரட்சை பூசை செய்து சைக்கிளில் திரும்பிக்கொண்டிருந்த கிழட்டுப் பூசாரி மறித்து மடக்கியதையும், ஆலமர அடித்தூர் மறைவுக்குக் கூட்டிப்போய் 'தேவநாத குருக்கள் வேலை' செய்த தையும் தட்டில் காணிக்கையாகச் சேர்த்திருந்த சில்லறைகளைக் கொடுத்து அனுப்பியதையும் பார்த்துநின்ற சுடலைக்குக் குறி விறைத்தது. எத்தனை தலைமுறைப் பிரமச்சரிய நோன்பு... பாவம்!

சுயமரியாதைக் கழகங்களின் தகித்த அடர் சாயங்கள் வெளிறி, ஊழல் காரமும் ஒழுக்கமின்மைச் சாயமும் ஏறி, பகுத்தறிவுப் பாசறைகள் பாஷாணப் பூசணம் பிடிக்க ஆரம்பித்த பின்பு, அனைத்தூர் பேய்க்கோயில்களும் முழிப்புப் பெற்றன. அவலம் என்ன வெளில், சாதாரண செக்கடிச் சுடலைமாடன் கோயில், ஸ்ரீ சுடலை மாடன் தேவஸ்தானம் ஆனதுதான். எனினும் அவர் ஆடு கோழிக்கு மாற்றாக அரவணைப் பாயசம் கொள்ளவில்லை. ஆங்காங்கே கழுதை மேய்ந்தடைந்த கோயில் திட்டுக்களில் சுற்றுச்சுவர்கள் எடுத்துக் கட்டப்பட்டு, கோயில் புதுக்கப்பட்டு, தமிழ் சினிமா ஆர்ட்டைரக்டர் பாணி வர்ணங்கள் அடிக்கப்பட்டு ஆரவாரம் காட்டி நின்றன.

வீமநகரியில், வேம்பத்தூரில், வீரநாராயணமங்கலத்தில், வீரவநல்லூரில், வெள்ளமடத்தில், இறச்சகுளத்தில், ஈசாந்தி மங்கலத்தில், ஆண்டித்தோப்பில், பொதேரியில், புத்தேரியில், சந்தைவிளையில், செண்பகராமன்புதூரில், செரமடத்தில், திருப்பதிசாரத்தில், தோப்பூரில், தெங்கம்புதூரில், மாத்தாலில், மணத்திட்டையில், தாழக்குடியில், தெரிசனங்கோப்பில், சீதப்பாலில் எனப் பல ஊர்களின் கோயில்கள் நன்மை பெற்றன. ஆண்டுக்கு ஒரு கொடை என்பது எந்தச் சுடலைமாடன், புலமாடன், கழுமாடன், பன்றிமாடன், சங்கிலி மாடனுக்கும் கொண்டாட்டம்தான், பெரிய ஆடம்பரம்தான்.

பண்டைக்கும்பண்டு தொட்டே, சுற்று வட்டாரச் சுடுகாட்டுச் சுடலைமாடன் சமூகத்தினர் யாவரும் கூடிப் பேச, தேர்தல் காலத்தில் கூட்டணி அமைக்க, ஆட்சியில் பங்கு கேட்க என்று சுடுகாட்டுச் சுடலை முன்னேற்றக் கழகம் ஏற்படுத்தி அனைவரும் மாதம் ஒருமுறை கூடிப்பேசினார்கள். ஒருகாலத்தில் நமது புத்தனாற்றங்கரைச் சுடலைமாடன் சு.சு.மு.க.வின் நிரந்தரப் பொதுச் செயலாளராக இருந்தவர். இன்று சாதாரண உறுப்பின ராகத் தாழ்ந்துபோனார். கொடை நடந்த கோயில்களில் படப்புச் சோறு, பூம்படப்பு என்று பிரசாதம் பங்கிடப்படுகையில் கையேந்தி நிற்க அவருக்கு அவமானமாக இருந்தது. இருபத்தேழு வாதைகளுக்கும் தலைவராக இருந்த தட்டகத்திலேயே அவருக்கு இன்று செல்வாக்கில்லை. இல்லாப்பட்டவன் சொல் ஆட்சி பீடம் ஏறுமா? ஒருமுறை சு.சு.மு.க. ஆட்சிக்குழு பொதுத் தேர்தலிலும் நின்று பார்த்தார். வாக்கு சதமானம் *0.00313* எனக் குறைந்து போயிற்று.

சு.சு.மு.க. பொதுக்குழுக் கூட்டம் முடிந்து நள்ளிரவு தாண்டி, பேயும் உறங்கும் நேரத்தில் தனது பீடத்துக்குத் திரும்பிக் கொண்டிருந்தார் சுடலை. கூடவே அதே தட்டகத்து மற்றுமொரு பிரதான வாதையான கழுமாடனும், பேச்சுத் துணைக்கு. பெருநடைப் பயணத்தில் போகிற வழியில்தான் கோயில் முதலடி வீடு. வீட்டு முன் மூத்த இரு தென்னைகள். வந்த எரிச்சலில் இடது கையால் ஒரு தென்னையை ஒரே தள்ளலாகத் தள்ளினார். ஊரைத் துயிலெழுப்பும் ஓசையுடன் விழுந்தது தென்னை.

“வே... வே... என்ன காரியம் செய்து போட்டேரு?” என்றார் பதைத்த கழுமாடன். வேறென்ன செய்ய இயலும் கையாலாகாத கோபத்தை? கொடை ஏற்காமல் பட்டினி கிடப்பது கூடப் பொருட்டில்லை. ஆனால் நாடெங்கும் எல்லாத் தெய்வங் களுக்கும் விடிகிறது. தனக்கு விடிவும் இல்லை, வெளிச்சமும் இல்லை என்னும் சலிப்பு.

முன்பெல்லாம் எவராவது போகும் காரியம் ஜெயமாக, பீடத்தின் முன்னால் ஓட்டைச் செம்புக் காலணாவோ, பித்தளை அரையணாவோ முந்தியில் இருந்த சுருக்குப் பையில் இருந்து எடுத்து சுடலை காலடியில் போட்டுவிட்டு, வாசல் முகப்பு மர அளிச் சட்டத்தில் ஆணியடித்துக் கொச்சக் கயிற்றில் தொடுக்கப் பட்டுத் தொங்கும் தேங்காய் சிரட்டையில் கைவிட்டு, விபூதி எடுத்துப் பூசிவிட்டுப் போவார்கள். வியாச்சியம் ஜெயித்ததோ, பரீட்சையில் தேறினார்களோ, சுகப்பிரசவம் ஆனதோ, வாங்க அல்லது விற்கப்போன வஸ்து காரியம் நடந்ததோ, நாமறியோம்! எனினும் எவராலும் தீண்டப்படாமல் அந்தக் காசுகள் கிடந்தன.

இன்றோவெனில் ஆட்டுப் புழுக்கைகளே கிடக்கின்றன.

நேருக்கு நேர் நின்று தெறித்துப் பார்த்தவர் ரத்தம் கக்கிச் செத்த கதையும், சுடலையின் நடமாட்டம் இருந்த உச்சிக்காலங்களில் குறுக்கே போன கர்ப்பிணிகளின் கருச்சிதைந்த கதையும் இன்று பழங்கதைகளும் மூடநடம்பிக்கைகளுமாயின. வில்லுப் பாட்டும் கணியான் கூத்தும் கேட்ட சுடலையின் செவிப்பறைகள் காதைக் கிழிக்கும் குத்துப் பாட்டுக்களில் அதிர்கின்றன. எங்காவது பக்கத்து ஊரில் நடக்கும் கொடையின் வில்லுப்பாட்டின் வீசுகோல் சத்தமும் உடுக்கின் சுண்டும் கட்டைத் தாளமும் பானைத்தாளமும் சுநாதமாய்க் காதில் விழும்போது கோழிக் காமம் போலச் சுடலைக்கு மெய்விதிர்க்கும். என்ன செய்யலாம் அந்தத் தவிப்பை?

பக்கத்துப் பீடம் கழுமாடன் கேட்டார் ஒருநாள், “இப்பிடி ஆத்த மாட்டாமக் கெடந்து ஆவலாதிப் படுகதுக்கு, எங்கயாவது பொறப்பட்டுப் போகப்பிடாதா?” என்று.

என்ன செய்ய இயலும்? நிலையம் விட்டுக் கொடுத்த காட்டாக்கடை மாந்த்ரீகன் வள்ளிசாக பீடத்தோட வைத்துத் தறைந்துவிட்டான் சுடலையை.

“சும்ம நிண்ணுக்கிட்டிருந்தா, ஒரு பீப் ஆண்டியும் கூட்டாக்க மாட்டான் வேய்! உம்ம கூடக் கெடந்து நம்ம பொழப்பும் நாறுகு! பவரைக் காட்டணும் வே! அப்பந்தான் திரும்பிப் பாப்பானுவோ...” என்றார் கழுமாடன்.

“பவரைக் காட்டவா?”

“ஆமாங்கேன்... அண்ணைக்கு நம்ம மொதலடி வீட்டு வயசான தென்னம்பிள்ளைய முறிச்சுப் போட்டேருல்லா?”

“ஆமா... அது ஒரு வெறியிலே செய்தேன்.”

“அது நீருதான் செஞ்சேருண்ணு அவுருக்கு எப்பிடித் தெரியும்வே? சூச்சுமம் காட்டணும்... இது நம்ம சொடலைக்கு வேலையாக்கும்ணு...”

“ஓ! அதையா பவருங்கேரு?”

“ஆமா... பின்னே! அதியாரம்... அதைக் காட்டணும்... சும்மா நடந்து போறவனை அடிக்காட்டா போலீசை மதிப்பானா வே? காட்னாத்தான் உலகம் பயப்படும்... ஆயிரம் பேருக்கு ஒரு காக்கி உடுப்பும் தொப்பியும் லத்தியும் வச்ச போலீசு போரும்... பயப்படுகாம்லா? எதுக்கு? அதாம் பவரு...”

“அப்பம் பவரு காட்டணும்ங்கேரு?”

“ஆமா...”

“சரி! காட்டீரலாம்... அப்பம் காலம்பற வரப்பட்ட ஆராம்புளி திட்டுவெள பஸ்சை தூக்கி மறிச்சிரட்டா... சவம், ஒட்ட ஒடசல் ஈயம் தகரம் வண்டிதானே!”

“பேத்தனமாய் பேசப்பிடாது. பஸ் மறிஞ்சுண்ணா என்ன? பிரேக் பிடிக்கலேம்பான்... மாடு குறுக்கே வந்திட்டும்பான்... ஓட்டுனவன் தண்ணி போட்டு பஸ்சை ஆத்திலே மறிச்சிட்டான் என்பான்... அதுக்கும் சொடலைக்கும் என்ன பெந்தம்?”

“அதுக்கு...?”

“அதை சுடலைதான் செஞ்சாருண்ணு சூச்சுமம் காட்டணும்... இல்லாட்டா ஒம்ம மேலே பயம் வருமா?”

“அப்பம் கோமரத்தாடிக்கு சொப்பனத்திலே போயி நிண்ணு ஆடட்டா?”

“அதெல்லாம் பழைய டெக்னிக்கு! கோமரத்தாடி ராத்திரி ரெண்டு தேங்காத்தோச கூடுதலாட்டுத் திண்ணுட்டாரு... சவம் செமிக்காம பெரண்டு பெரண்டு படுத்து வயத்த வலிச்சு அவயம் போட்டிருப்பாரு... என்கிற மாதிரி நாலு பேரு சொல்லுவான் வேய்!”

“அப்பம் மொதலடிக்கு பொஞ்சாதி மேலே எறங்கீரட்டா?”

“வேய் சொடல! ஒமக்கு இத்தன காலம் இல்லாம புத்தி ஏம்வே இப்பிடிப் போகு? அவுளுக்கு இப்பமே அறுவத்தஞ்சு வயசிருக்கும்! தோளுவலி, இடுப்புவலி, மூட்டுவலிண்ணு கெடக்கா... அவமேல போயா?”

“வே, வே, வே... கழுமாடா... நான் என்ன சொல்லுகேன்? நீரு என்ன மனசிலாக்கீட்டுப் பேசுகேரு... சரி, நீரே ஒரு ஐடியா சொல்லும்...”

“மொதலடி வீட்டிலே பொண்டாட்டி மேலே, மருமக மேலே போய் எறங்கீட்டுக் காரியமில்லே பாத்துக்கிடும்... அவுரு ஒவ்வொரு பிள்ளை கலியாணத்துக்கும் ஒவ்வொரு கோட்டை விதைப்பாடு வித்து, இப்பம் கோமணமும் திருவோடுமாட்டு நிக்காரு பட்டினத்தாரு போல... காதறுத்த ஊசியும் வாராது காண் கடை வழிக்கேண்ணு பாட்டும் படிக்காரு... எப்பிடிப் போட்டு நெருக்கினாலும் கொடை எப்பிடிக் கழிப்பாரு? பஸ்சை மறிச்சு ஆத்துல தள்ளினா, நாலு ரூவா டிக்கட் வாங்கீட்டுப் போகப்பட்டவன் உமக்கு கொடை நடத்துவானா? ஆலோசிச்சுப்

பாரும்...”

பொறவு நீரு போவாத்த ஊருக்கு என்ன மயித்துக்கு வழி சொல்லுகேரு?”

“சொல்லுகதைப் பொறுதியாட்டுக் கேளும். அம்மா அறிவிப்புக்குக் கலைஞர் மறுப்பு அறிக்கை போல மாத்தி மாத்திக் குறுக்கே பேசப்பிடாது... வெப்ராளப் படாமக் கேளும்... வெள்ளி, சனிக்கிழமை சாயங்காலமானா வெள்ளைக் கலர்லே ஒரு ஸ்கார்ப்பியோ இந்த வழியாட்டுக் கெழக்கே போகும் பாத்திருக்கேரா?”

“சனிக்கெழமைண்ணா காரிக்கெழமையா?”

“ஆமா! கச்சிக்கொடி கெட்டீட்டு... ஞாயித்துக்கெழமை காலம்பற அஞ்சு மணிக்குத் திரும்பிப் போகும்லா? எம்மெல்லே போறாம்ணு சொல்லுவா!”

“அவனேதான்... டிரைவருக்குப் பக்கத்திலே இருப்பான். கச்சிக் கரை போட்ட வேட்டி... வெள்ள முழுக்கைச் சட்டை... அதை முட்டுவரை மடிச்சு விட்டிருப்பான்... அம்மாசி இருட்டுண்ணாலும் கூலிங்கிளாஸ் போட்டிருப்பான். வலது கையிலே பத்து பவுன்லே பிரேஸ்லெட்... இடது கையிலே ரோலக்ஸ் வாச்சு... கழுத்திலே தாலி மாதிரி கட்சிச் சின்ன டாலர் போட்டு இருவது பவுன்லே சங்கிலி... பெரிய தொந்தி... மொகத்திலே கடுகு போட்டா உடனே பொட்டுகது மாதிரி எப்பமும் கடுப்பு...”

“சரிதான். பாத்தா எமதர்மனுக்கு வாகனம் மாதிரி இருப்பான்...”

“அவனேதான் லெக்காளி! அதுக்கு என்னத்துக்கு தலையைச் சுத்தி மூக்கைத் தொடுகேரு... நேரடியா டெல்லி எருமைண்ணே சொல்லுமே!”

“சரி! அவுனுக்கு என்னா? பொடதியைத் திருப்பீருவமா, முன்னக் காட்டி?”

“அதெல்லாம் வேண்டாம்... இங்கேருந்து நாலு மைலு கெழக்கே, ரோட்டை ஒட்டிப் பெரிய பங்களா... மூணு ஏக்கர் தோட்டத்துக்கு நடுவிலே... சுத்தியும் பெரிய கல்லுக்கட்டுக் காம்பவுண்டு...”

“ஆமா... ஏதோ கல்லுக்குவாரி ஓனருக்கு கெஸ்ட் ஹவுஸ்னு கேள்விப்பட்டிருக்கேன்...”

“அதே தான்... இவன் இங்கேருந்து போவான்; காண்ட்ராக்டருக்கு கொழுந்தியா, அவளையும் அவன்தான் வச்சிருக்கான்,

கெழக்கே இருந்து மேக்க வருவா... ஆடி கார்லே...”

“ஆமா, அதுக்கென்னா?”

“நீரு போயி அவ மேல எறங்கணும்!”

“ஓய், என்னா வெளையாடுதேரா? இந்தக் கெளட்டுப் பிராயத்திலே தரமாவே நான் அவுளுக்கு...”

“அதைச் சொல்ல வரல்லே வே! காஞ்சனாண்ணு ஒரு படம் வந்திருக்கு... ரெண்டாம் பாகமும் வந்தாச்சு... மூணு வரப் போகாம்... அது எங்கயாம் இன்னும் ஓடிட்டுத்தான் இருக்கும்... ரெண்டையும் பாரும்... மனசிலாகல்லேண்ணா கூட ஒருக்கப் பாரும்”

“பாத்து?”

“எம்மெல்லே பங்களாவுக்குள்ள வந்து, குளிச்சு, கட்டம் போட்ட சாரம் உடுத்து, சென்ட் அடிச்சு, குவார்ட்டரும் கவுத்தி, கோழி பிரியாணியும் பொரிச்ச மீனும் திண்ணுப்புட்டு, காண்ட்ராக்டர் கொழுந்தியாளோட சல்லாபமா இருப்பான்.”

“சல்லாபம்ணா என்னவே, கழுமாடா?”

“இப்பிடிப் பாலுகுடி மாறாத பச்சப்புள்ளயா இருக்கேரே வேய் சொடலை? சல்லாபம்ணா... ம்... உல்லாசமா... சோபனமா... ச்சே! எல்லாம் சமஸ்கிருதமாட்டுல்லா வருகு... ம்... கலவித்தொழில் பழகத் தயாரா இருப்பான்...”

“ம்... சரி...”

“அப்பம் பாத்து மத்தவ மேல எறங்கும்.”

“எறங்கி?”

“காஞ்சனா ஸ்டைல்லே மொதல்ல அரைக்குப்பி விஸ்கி... ஒரு காலைக் குத்துக்கால் போட்டு உக்காந்து நாலு ப்ளேட் கோழி பிரியாணி... மூணு லெக்பீஸ் பொரிச்சது...”

“ச்சீ... சுடுகாட்டுச் சொடலையை எச்சி திங்கச் சொல்லுகேரா?”

“என்ன வே எச்சி? செங்கோட்டை ஆவுடையக்கா பாட்டு படிச்சிருக்கேரா? தேனு, வண்டுக்க எச்சி.... தண்ணி, மீனுக்க எச்சி... பட்டு, புழுவுக்க எச்சி... முத்தம், பொம்பளைக்க எச்சி... பாலு, கண்ணுக்குட்டிக்க எச்சி... ஒமக்கு வாற்றுச் சாராயம் காச்சப்பட்ட கோடைத் தண்ணி, கிருமிக்கு எச்சி...”

“போரும் வே! நெறுத்தும்... கொமட்டிக்கிட்டு வருது...”

"கொடை வேணும்ணா என் சொல்லுப்படி கேளும்..."

"செல்லங் கொஞ்சாமச் சொல்லும் வே!"

"அவ மேல எறங்கி, புடவையைத் தொடைக்கு வழிச்சுக் கிட்டு, மொறட்டு ஒத்த மொலய வெளீல காட்டீட்டு, நாக்கைத் துருத்தீட்டு, கண்ணை உருட்டி முழுச்சுக்கிட்டு, அவ உருவத்துக் குள்ள இருந்து, ஒம்ம டப்பிங் கொரல்லே கத்தணும்..."

"திரைக்கத வசனமே எழுதீட்டீரா?"

ஆமா! அந்த எம்மெல்லே பேரென்ன வே?"

"பூதை பூந்தமிழ் பூபாலன்"

"அதென்னவே பூதை?"

"அது பூதப்பாண்டி ஊருக்கு சுருக்கம்!"

"ஓ! இந்தச் சுடுகாட்டு முக்கிலே இருந்துக்கிட்டு என்னல்லாம் தெரிஞ்சு வச்சிருக்கேரு?"

"அத விடும்! கொழுந்தியா உடம்பிலேருந்து, உம்ம குரல்லே பேசணும்."

"ஆட்டும்... டயலாக்கை சொல்லும்" என்றார் சுடலை ஆர்வமாக.

"டேய்... பூதை பூந்தமிழ் பூபாலா... ஆத்தங்கரை சுடுகாட்டுச் சுடலை வந்திருக்கேன்டா... என்னண்ணு நெனச்சுப் போட்டே? உனக்க காரு முக்குத் திரும்பச்சிலே பொறத்த ஏறி உக்காந்த வன்லா? வந்து இப்பம் உனக்க நைஸ் மேல எறங்கீருக்கேன்..."

"இவ்வளவு நீண்ட வசனம் எப்பிடி வே கழுமாடா மனப்பாடம் செய்யது?"

"அதுக்கு நானும் கூட வருவேன்லா! பிராம்ட் செய்திர லாம்!"

ஆலமரக்கூட்டம் காற்றின் சலசலப்பற்று காட்சியை உள்வாங்கிக் கொண்டிருந்தது. ஆற்றங்கரைக் கட்டைத் தென்னம் பிள்ளையில், ஆலமரக் கிளையில் இருந்து மரநாய் ஒன்று இறங்கிக்கொண்டிருந்தது கருக்குக் குடிக்க. கோயில் தட்டகத்தில் எலிகளின் நடமாட்டம். ஆல் இன்னும் பழுத்து உதிர ஆரம்பிக்க வில்லை. புதர்களுக்குள் வெருகுப் பூனை நடமாட்டம்.

திட்டமிட்டபடி, அடுத்த ஒடுக்கத்திய வெள்ளிக்கிழமை, ஸ்கார்ப்பியோ அந்த வழியாகத் திரும்பியபோது சுடலை மாடனும் கழுமாடனும் தொற்றிக்கொண்டனர்.

ஒத்திகை பார்த்த காட்சி. வைப்பாட்டி மேல் இறங்கினார் சுடலை. பறிப்போய் நின்றார், கட்சியில் பூ, பூ, பூ என்று செல்லமாக அழைக்கப்பட்ட பூதை பூந்தமிழ் பூபாலன். பூபாலன், பூபாலனார் ஆகச் சிலகாலம் போகவேண்டும்.

குழறிக் குழறிக் கேட்டார் எம்.எல்.ஏ.

"...இங்க... இஞ்ச என்னத்துக்கு இப்பம்? கட்சி மேலிடத் திலே சொல்லி நடவடிக்கை எடுப்பேன்!"

"அதை போலீஸ் ஸ்டேஷன்லே, தாலுக்கா ஆபீசிலே சொல்லுலே... எனக்க மேலிடம் கைலாச பர்வதம்... போறியா டே?" என்று உறுமினார் சுடலை, வைப்பாட்டி வாய்மொழியாக, தனது சொந்தக் குரலில்,

கனத்த, பாரிய, இரட்டை நாடி, பயில்வான், எருமை உடம்பு வெடவெட என நடுங்கியது. வேட்டியின் குறிப் பிரதேசத் தில் ஈரம் படர்ந்தது. நீட்டி முழக்கி, தலைமை, நாமாவளி சொல்லிப் போற்றி அகவல் பாடித்தான் பழக்கம் சட்டசபையில் அல்லது லோகல் பொறுக்கி பாஷையில். சுடலையிடம் என்ன மொழியில் உரையாட என்று தெரியவில்லை. எனினும் சமகால அரசியல் நாகரீகம் போல, இடுப்பு வளைத்துக் குனிந்து, கைகளைக் கட்டி, நேரடியாகக் கண்களையோ, முகத்தையோ பார்க்காமல்...

"சரிங்க இனமானச் சுடலைக் கடவுளே! இப்பம் நான் என்ன செய்யணும் இவளை விட்டுட்டுப் போறதுக்கு?"

"சொன்னதைச் செய்வியா?"

"செய்கிறேன் தலைவரே!" சொல்லிவிட்டாலும் எம்.எல்.ஏ பூ.பூ.பூவுக்கு அடிமனத்தில் கிலி படர்ந்தது. ஒரு கன்டெய்னர் கேட்டுவிடுவாரோ என்று. சுடலை கொஞ்ச காலமாக நியூஸ் சேனல்கள் பார்ப்பதில்லை.

"உறுதியாச் செய்வேரா?"

"ஒறப்பு, காட் பிராமிஸ்" என்று சங்கைத் தொட்டுச் சொன்னார்.

"பங்குனி மாசம், உத்தரம் கழிஞ்சு, எனக்கொரு கொடை கொடுக்கணும். வில்லுப்பாட்டு, கணியான், நையாண்டி மேளம், கும்பாட்டம், மாமிசப் படப்பு, பூப்படப்பு, உச்சிக்கொடை, வெள்ளாட்டுக்கிடா? ஒண்ணும் கொற இருக்கப்பிடாது..."

"ஒண்ணும் கொற இருக்காது!"

அசரீரியாக "ஆனா நீங்க கடவுளை நம்பமாட்டேளே!" என்றார் கழுமாடன்.

"அதெல்லாம் மலையேறி முப்பது வருசமாச்சு. இப்பம் எங்க குலதெய்வம் வேற, பூடங்கள் வேற, குத்தாட்டம் வேற" என்றார் பூ.பூ.பூ.

குரலைத் தாழ்த்திக்கொண்டு சுடலை சொன்னார், "சரி! அப்படியே ஆகட்டும். பங்குனி உத்தரத்துக்கு கால் நாட்டீரு என்னா?" மலையும் ஏறினார். மெதுவாகக் கண்விழித்த வைப்பாட்டி, "என்னங்க?" உடம்பு என்னமோ போல இருக்கு... ராவா ஒரு லார்ஜ் ஊத்துங்க" என்றாள் மாமன்ற உறுப்பினரைப் பார்த்து.

ஆனந்தவிகடன், செப்டம்பர் 2016

மூத்த எழுத்தாளரும் முற்றத்து ஓணானும்!

முன்னாள் நிதியமைச்சர் சிரிப்பு போலவும் இந்நாள் நிதியமைச்சர் சிரிப்பு போலவும் பூரிப்புடன் இருந்தது கும்பமுனி முகம். பன்னாட்டு ஏற்றமதி இறக்குமதி நிறுவனங்களின் அனுக் கிரகம் இருந்தால் அந்தகன் கூட அருட்பார்வை பார்ப்பான்.

காலையாகாரமாக சம்பாக் குருணைக் கஞ்சியும் நாரத்தை இலைத் துகையலும் கமழ மாந்தியவுடன் பொடித்த வியர்வை ஆற்ற சற்றே சாய்வான சூரல் நாற்காலியில் இரு கால்களையும் மேலே தூக்கி வைத்துக்கொண்டு, முற்றத்து வேலியில் பூத்திருந்த செம்பருத்திப் பூவில் பறந்து பறந்து தேனுறிஞ்சும் தேன் சிட்டுக்களைப் பார்த்து மெய்ம்மறந்திருந்தார் கும்பமுனி. எவன் குடியையும் இதுவரை கெடுக்காத, ஆனால் காலங்காலமாக கால்மாறும் குற்றம் சுமந்து வாழும் இனத்தின் பிரதிநிதியான ஓணான் ஒன்று காலையுணவு தேடித்திரிந்துகொண்டிருந்தது. ஆழ்ந்த கவனத்தில் குவிந்திருந்த கும்பமுனியின் முகம், சிந்தனை யோட்டத்தின் திசை மாற்றம் காரணமாக மத்திய நிதியமைச்சர் புன்னகைகளின் கோலம் காட்டியது.

தற்செயலாக முற்றத்துப் படிப்புரைக்கு வந்து, அனிச்சை யாகக் கும்பமுனியைத் திரும்பிப் பார்த்த தவசிப்பிள்ளை ஈரற்குலையில் தீப்பாய்ந்ததைப்போலப் பதைத்தார். 'பாவி முடிவான், இந்தச் சிரிப்பு, கெட்ட பய சிரிப்புல்லா, குடிகெடுக்கும் சிரிப்புல்லா' என்று எரிச்சலுற்றார். வாய்விட்டுக் கேட்கவும் செய்தார்.

"என்ன எழவு இறுமாப்புச் சிரிப்பு இது? டெல்லிக் கோட்டையை பிடிச்சதைப் போல?" என்றார் தவசிப்பிள்ளை கண்ணுபிள்ள திகைப்புத் தணியாமல். கும்பமுனி, தவசிப்பிள்ளை யின் எரிச்சலைக் கணக்கில் கொள்ளாதவர் போலச் சொன்னார்.

"நேத்து நாகருகோயிலுக்குப் போனம்லா, டாக்டரைப் பார்க்க... அப்பம் ஒரு பெரிய ஃபிளக்ஸ் பேனர் பார்த்தேன்."

"அதுக்கு என்னத்துக்கு இப்பம் இறும்பூது எய்துகேரு?"

“சொல்லுகதைக் கேளும்... இருபதடிக்குப் பதினஞ்சடி இருக்கும். பாத்துக்கிடும்...”

“என்ன எழுதீருந்து?”

“எழுதினதப் படிச்சா, வருங்கால தமிழக முதலமைச்சருக்கு வாழ்த்துக்கள்ணு!”

“அதுல ஆச்சரியப்படதுக்கு என்ன இருக்கு? இருபது முப்பது வருங்கால முதலமைச்சருகோ அலையானுவ நாட்டுல...”

“இது அவுனுக இல்ல”

“பின்ன?”

“நம்ம பழைய மாவட்டச் செயலாளரு, சந்தை மேட்டுக் காளியா மகளுக்கு வாழ்த்து பேனர்.”

உண்மையில் அவர் பெயர் சாதிப் பின்னொட்டு சேர்ந்தது தான். சாதி மறுப்புக்காகத் தன் பெயரைச் சந்தைமேட்டுக் காளியா என்று சுருக்கிக்கொண்டார். ஒரிஜினல் தொழில் சந்தைமேட்டில் தேங்காய், காய்கறி மூடைகள் இறக்குவது. சரக்கு ஏற்றி இறக்கும் தொழிலில் போட்டி, சண்டை, அடிதடி, குத்து, வெட்டு என வீரச்செயல் பல புரிந்து மாவட்டச் செயலாளர் பதவி வெட்டிப்பிடித்தார். மாளவியா என்று பெயர் இருக்கக் கூடும் எனில் காளியா என்று பெயர் இருக்கக்கூடாதா என்ன? தமிழ் அடையாளத்துடன் இல்லை என்று தகப்பனார் பெயரையே மாற்றும் காலம் இது.

தவசிப்பிள்ளை கண்ணுபிள்ளைக்கு மண்டைக் குடைச்சலாக இருந்தது. *“அது எப்பிடிவே பாட்டா? காளியா மகளுக்கு எழுவது வயசு இருக்குமே!”*

“இருக்கட்டுமே வே! சினிமாவுல போயி குத்துப்பாட்டுக்கா ஆடப்போறா? முதலமைச்சராவதுக்கு எழுவது வயசு காணாதா? அவனவன் 117 வயசிலே அடுத்த பிரதம மந்திரி நாம்தான்னு நம்பிக்கிட்டுக் கெடக்கான்.”

“அது கெடக்கட்டும் பாட்டா... காளியா மகளுக்கு முதலமைச்சர் ஆகதுக்கு என்ன தகுதி இருக்கு?”

“ஹாஹாஹா... தமிழ் நாட்டுக்கு மொதலமைச்சர் ஆகதுக்கு என்ன தகுதி வேணும் வே? நீரு ஒரு பழம்பஞ்சாங்கம்... முன்னால புரட்சித்தலைவர் இருக்கப்பட்ட காலத்திலே, அவருக்குப் பிடிக்கும்னு நம்ம காளியா, நல்ல காய்வுள்ள கருநெத்திலிக் கருவாடும் மொரக்கருவாடும் வாங்கி, தலை ஆஞ்சு மெட்ராசுக்குப் போகச்சிலே எல்லாம் கொண்டுபோயிக்

குடும்பாராம்லா?"

"அதுக்கு?" என்று வெடுக்கென்று கேட்டார் தவசியா.

தவசிப்பிள்ளை என்பது சமையற்காரர்களைக் குறிக்கும் தொழிற்பெயர். அதையும் சாதிப் பெயராகக் கொள்ளும் சாத்தியம் இருப்பதால், அவரை இனிமேல் கொண்டு தவசியா என்றழைத்தால் என்ன என்றும் யோசனையும் வந்தது. கும்பமுனி, தவசிப்பிள்ளையைப் பார்த்து, இந்திய நிதியமைச்சர்களுக்கே வாய்க்கப்பெற்ற மந்தகாசம் ஒன்றை உதிர்ந்துவிட்டுச் சொன்னார்.

"தமிழ்நாட்டுலே மொதலமைச்சர் ஆகதுக்கு அது போதும் வே... நமக்குண்ணு ஒரு வரலாறு இருக்குல்லா?"

"அதுக்கு காளியா மகளுக்கு மக்கள் ஓட்டுப் போடாண்டமா?"

"எல்லாம் போடுவாம்யா! மொத்தம் மூணே முக்கால் கோடி ஓட்டு... அதுல ஒருகோடிப் பேரு ஓட்டுப் போடப் போமாட்டான். ரெண்டரைக்கோடி பேரு ஓட்டுப் போடுவான். அதுல ஒரு கோடிப்பேருக்குப் பணம் குடுத்தாப் போரும்... ஓட்டுக்கு ஆயிரம் ரூவா வையும்... ஆயிரம் கோடி ரூவா... அது இல்லாமலா அரசியல் நடந்துகான்..."

"அப்பம் குவார்ட்டர், கோழி பிரியாணி...?"

"சரி! அதையும் சேத்துக்கிடும்..."

"காளியா மகள்ட்ட அவ்வளவு பணம் இருக்கா?"

"ஆரு கண்டா? எந்தப் புத்துல என்ன பாம்போ?"

"அப்பம் அதுக்கா சிரிச்சேரு?"

"அதுக்கில்லே! பிளக்ஸ் படம் நெனச்சு சிரிச்சேன்!"

"படத்துலே என்னா? காளியா மக பார்க்க நல்லால்லியா?"

"வே! எழுவது வயசுக்காரியைப் பாத்து அப்பிடி எல்லாம் கேக்கப்பிடாது. கேட்டேரா?"

"பின்னே என்ன அடியந்திரத்துக்குத்தான் சிரிச்சேரு? நூறு ரூவா நோட்டையும் செல்லாம ஆக்குனா என்ன ஆகும்னு நெனச்சா?"

கும்பமுனி சற்று நிதானித்தார். மறுபடியும் முதல் வரிகளில் சொன்ன மாய மனோகர மயக்கும் புன்னகை.

வேலியில் நின்ற தங்க அரளிச் செடிமீது காகம் ஒன்று, எங்கோ திருடிய தேங்காய் முறியைக் காலால் பற்றிக் கொத்திக்

கொண்டிருந்தது. திருட்டு என்ற சொல்மீது சிந்தை பெயர்ந்தது கும்பமுனிக்கு. காகத்துக்குத் தெரியுமா தான் திருடுகிறோம் என்று. தனது உணவைத் தானே எடுத்துக்கொள்கிறது. நாட்டில் நூறு கோடி, ஐந்நூறு கோடி, ஆயிரம் கோடி சுரண்டி, லஞ்சம் வாங்கி, ஊழல் செய்து திருடுவதை சம்பாத்தியம் என்கிறார்கள். கொள்ளை எனும் சொல்லுக்கு மாற்றுச் சொல் சம்பாத்தியம் போலும்!

சட்டென்று சிந்தனை அறுபட்டு, தவசிப்பிள்ளை முகத்தை வேவு பார்த்தார் கும்பமுனி. அவருடைய மூலக்கேள்வியை அகழ்ந்து எடுத்தார். நாகர்கோயிலில் தான் பார்த்த பிளக்ஸ் பேனர்களின் முகத்தை வரிசைப்படுத்த ஆரம்பித்தார்.

"மொதல்ல இருந்த படம் காளியா மகள். அவுருக்குப் பொறத்த சின்னம்மா, அவளுக்குப் பொறத்த அம்மா, அவளுக்கும் பொறத்த எம்ஜியார், அவுருக்கும் பொறத்த அண்ணாத்துரை, அவுருக்குப் பொறத்த ஈ.வே.ரா, அவுருக்குப் பொறத்த மகாத்மா காந்தி, அவுருக்கும் பொறத்த காரல் மார்க்ஸ்.

முதல் சந்தேகம் கேட்டார் தவசிப்பிள்ளை.

"ஒருத்தருக்குப் பொறத்த ஒருத்தர் நிண்ணா மறைக்காதா?"

"அப்படி இல்லவே! படம் எல்லாம் வெத்தலை அடுக்கின மாரி அடுக்கமாட்டா... சீட்டு வெளையாடச்சிலே, சீட்டைக் கையிலே பிரிச்சுப் பிடிப்பாள்ள அப்பிடி... ஒருத்தர் படத்துக்குப் பக்கவாட்லே இன்னொருத்தர் படம் வாற மாதிரி... மனசிலாச்சா?"

"ஓ! அப்பிடியா? அதுல உமக்கு என்ன சிரிப்பு?"

"எனக்கு அப்பிடியொரு பிளக்ஸ் வைச்சா யாரெல்லாம் இருப்பா? அதை யோசிச்சேன். சிரிப்பு வந்தது!"

"அது நீரு செத்த பொறவுல்லா பிளக்ஸ் வைப்பா... வச்சாலும் உமக்குப் பொறத்த நாமுல்லா நிப்பேன்! வேற எந்தப் பட பண்டார சேனை உம்ம பொறத்த நிக்கப் போகு?"

கும்பமுனி இளக்காரமான சிரிப்பொன்றைச் சிந்தினார். ஆறு அரசியல் கொலை செய்துவிட்டு, ஐயத்துக்கு இடமில்லா மல் குற்றம் நிரூபிக்கப்படாததாலும், சந்தேகத்தின் சலுகையை அளித்ததாலும் விடுதலை பெற்று வெளியே நடக்கும் தலைவரின் முகத்து இளக்காரம் அது. சிரிக்கச் சற்று நேரம் எடுத்துக் கொண்டு, தவசிப்பிள்ளையிடம் சொன்னார்.

"நீரு எனக்குப் பொறத்தயா? நல்ல சீரு?"

"ஏன் நிக்கப்படாதா? எத்தனை வருசமா உமக்கு கட்டஞ் சாயா போட்டுத் தந்திருக்கேன்? கஞ்சி வச்சுக் காணத் தொவையலு அரச்சிருக்கேன்! நீரு எழுதப்பட்ட ஊசக்கதை எல்லாம் வாசிக்கக் கேட்டிருப்பேன்! இந்த இடிஞ்ச வீட்டை யாவது எம் பேருக்கு எழுதி வச்சிருக்கேரா? எழுத்தாளன்னா மொதல்ல நண்ணி வேணும் பாட்டா! சரி! சவத்தைத் தள்ளும்... உம்ம பொறத்த யாராரு நிப்பா? அதைச் சொல்லும்!"

பாரதப் பிரதமர் பதவி ஏற்றவுடன், பிரபல சினிமா நடிகனைச் சென்று சந்திக்காமல், மூத்த தமிழ் எழுத்தாளனாகிய தன்னைவந்து சந்தித்ததைப் போன்ற பரவசத்தில் இருந்தார் கும்பமுனி. ஃப்ளெக்ஸ் பேனரில் தனது கற்பனையின் முகங்களை விவரிக்கலானார்.

"மொதல்ல எம் மொகம்... எனக்குப் பொறத்த நகுலன் மொகம்... அவுருக்குப் பொறத்த புதுமைப்பித்தன்... பொறவு பாரதி... அதுக்கும் பொறத்த கம்பன்... அவுருக்கும் பொறத்த திருவள்ளுவரு... அவுருக்கும் பொறத்த தொல்காப்பியர்..."

"ஹா ஹா ஹா ஹா" என்று பொட்டிச் சிரித்தார் தவசிப்பிள்ளை."

"என்னத்துக்குவே இப்பம் குதிரையாட்டம் கனைக்கேரு?"

"தொல்காப்பியருக்கு ஃபோட்டா வச்சிருக்கேரா பாட்டா?"

"ஓ! காரியமாட்டுத்தான் யோசிக்கேரு வே! எவனையாம் விட்டு வரையச் சொல்லலாம்... எவன் பார்த்தான் வே கம்பனை யும் வள்ளுவனையும்? வரஞ்சு வச்சிருக்காணுகள்ளா? இப்பம் அதுமாதிரி தொல்காப்பியரு வரஞ்சிரலாம்! எவன் கேக்கதுக்கு இருக்கு?"

தவசிப்பிள்ளை ஒரு குசும்புச் சிரிப்புடன்கேட்டார்.

"நான் ஒண்ணு சொன்னா கோவப்படாம கேப்பேரா?"

"கோவப்பட்டா மாத்திரம் கேக்காம இருந்திருவேரா?"

"பேசாம தொல்காப்பியருக்கு எடத்திலே எம் படத்தை வையும்!"

"வே... வே... கூறுகெட்ட கோட்டிக்காரம் மாதிரி பேசப் பிடாது கேட்டேரா?"

"ஏன் கெடந்து பொடங்கி அடிச்சுக்கிட்டு வாறேரு? உம்ம படத்துக்குப் பொறவு பாரதியாரு படம் இருக்கலாம்ணா, திருவள்ளுவருக்குப் பொறத்த நான் இருக்கப்பிடாதா?"

“அதுக்கு தமிழ் மொழிக்கு நீரு என்னவே செய்தீரு?’

“இது என்ன செத்த கேள்வி பாட்டா? காளியாவுக்கு மக மட்டும் இமயமலையக் கண்டு பிடிச்சாளா? தமிழ்நாட்டுக்கு சுதந்திரம் வாங்கித் தந்தாளா? இப்பிடி ஓர வஞ்சனையாப் பேசப் பிடாது பாட்டா... நாலுமட்டம் நெத்திலிக்கருவாடு, மொரக்காடு செமந்திட்டுப் போனவருக்க வாரிசு அவள்ணா, நாம் ஒமக்கு எத்தனை லச்சம் கட்டஞ் சாயா போட்டுத் தந்திருக்கேன்? எலி பெரிசானா பெருச்சாளிதான் கேட்டேரா?”

ஆசுவாசமாகச் சற்று மூச்சுவிட்டு ஆற்றிக்கொண்டார் கண்ணுபிள்ளை. பண்டைத் தமிழ் இலக்கியங்களில் வஞ்சினம் உரைத்தல் என்று உண்டு. ‘புலவர் பாடாது ஒழிக என் நிலவரை’ என்றதுபோல, ‘பட்டாங்கு யானும் ஓர் பத்தினியே ஆம் ஆகில் ஒட்டேன் அரசோடு ஒழிப்பேன் மதுரையையும்’ என்று கண்ணகி உரைத்ததைப்போல, கோழைக்குப் பாலூட்டிய மார்பை அறுத்து எறிவேன் என்றதைப்போல, அடைந்தால் திராவிட நாடு அன்றேல் சுடுகாடு என்றதைப்போல தவசிப் பிள்ளை வஞ்சினம் உரைத்தார்.

நெற்றி நரம்பு தெறிக்க, கழுத்து நரம்பு விம்ம, கண்களில் ஊழித் தீ கனல, தவசிப்பிள்ளை கண்ணுபிள்ளை அறை கூவினார்;

“உம்ம பேரு கும்பமுனிண்ணா எம் பேரு இனி வறக்காப்பி யரு... என்னா சரியா? என்னாலயும் நாலு நஞ்ச கத பீத்தக் கட்டுரை எழுத முடியுமாண்ணு பாக்கேன்.”

சீற்றத்துடன் முற்றத்துப் படிப்புரையில் இருந்து வீட்டினுள் பாய்ந்தார். உள்ளே அடுக்களையில் இருந்து உரக்கக் கேட்டது அவர் குரல்.

“என்னா? கட்டஞ் சாயா எடுக்கட்டா?”

பசுமாட்டின் மூத்திரம் குடித்துவிட்டுக் களிக்கும் காளைமாட்டை போல, கும்பமுனி முற்றத்து ஓணானைப் பார்த்துச் சிரித்தார்.

அந்திமழை - மார்ச் 2017

சில்லறை

நகரப் பேருந்துக்குக் காத்திருந்தேன். முன் தலைமுறை சென்னை எழுத்தாளர்கள் மாய்ந்து மாய்ந்து எழுதிய 21C வழித்தடம் போல, எம்மால் புகழ்பெறப்போகும் வழித்தடம் கோவையில் S17. கிழமையில் நாலைந்து முறை கோவைப்புதூர் வ.உ.சி.நகரில் இருந்து நகரத்து மையமான மணிக்கூண்டு போவேன். வ.உ.சிநகர் எனும்போது அது வ.உ.சிதம்பரனார் நகர் எனக் கொளல் வேண்டும். அவர் கப்பலோட்டிய தமிழன் என்று சொல்லல் வேண்டுமோ! வ.உ.சி என்பதில் நடுநாயகமான 'உ' எனும் குறிலெழுத்து குறிப்பது உலகநாத பிள்ளை என்ற அவர் தகப்பனார் பெயர். எனது குடிமைப் பொருள் வழங்கும் அட்டை யில் முகவரி மாற்றம் செய்ய விண்ணப்பித்து, ஒன்பதுமுறை பதினெட்டாம்படி சவுண்டி, முகவரி மாற்றம் பதிவுசெய்து வாங்கியபோது, அதில் வ.ஊ.சி நகர் என்று எழுதப்பெற்றிருந்தது. இன்றும் இருக்கிறது. மாட்சிமை பொருந்திய வட்டாட்சியர் கையெழுத்துடன். வட்டாட்சியர் வளாகச் சுற்றுச் சுவரில் 'தமிழ் வாழ்க' என வான்பெரிய வாழ்த்தும் வரையப்பெற்றுள்ளது.

வயசான காலத்தில் அடங்கியொடுங்கிக் கிடக்காமல் எதற்கு நகர்மன்ற மணிக்கூண்டு போகவேண்டும் எனச் சிலசமயம் எனக்கே குழப்பமாக இருக்கும். ஒளி நகலும் தூதஞ்சலும் நடந்துபோய் கோவைப்புதூரிலேயே செய்யலாம். ஆனாலும் ஒரு உடை உடுத்தி, ஒரு நடை நடந்து, நாய் உழவர் சந்தைக்குப் போவதைப்போல, நான் Town Hall போவேன். முக்கியமான எந்த வேலையும் இல்லாமல், மார்க்கெட் இல்லாத நடிகன் படத் தயாரிப்பு நிறுவனங்களுக்குப் போவதைப்போல என்றும் கொள்ளலாம். விஜயா பதிப்பகம் எட்டிப் பார்த்தால் எழுத்தாளர் இனத்துப் பிரதிநிதி எவராவது கண்படுவார். சிலசமயம் தேர்ந்த வாசகர் எவரேனும். தவிரவும் பருவ இதழ்கள், கவனத்தில் இருந்து மறந்துபோன நூல்கள் என ஏதும் வாங்கவும் கிடைக்கும்.

காலை பதினோரு மணிக்குமேல் வீட்டிலிருந்து இறங்கி, இருபத்தி ஏழு ரூபாய் கொடுத்து அரைச்சர்க்கரை ஸ்ட்ராங்

காப்பி பருகி, திரும்பவும் சாப்பாட்டுக்கு வீட்டுக்கு வந்துவிடுவேன், இரண்டு மணிக்கு எல்லாம். விஜயா பதிப்பக அண்ணாச்சி வீடும் கோவைப்புதூர், பாரதி நகரில் என்பதால், அவர் ஊரில் இருந்தால், திரும்புகாலில் அவர் காரில் பயணம்.

கோவைப்புதூரில் இருந்து மணிக்கூண்டு வர, மூன்று வழித்தடங்கள் உண்டு. எனக்கு வசதியான பாதை பேரூர் வழி. அது சுந்தரமூர்த்தி நாயனார் பாடிய சிவத்தலம். பட்டீசுவரரும் பச்சை நாயகியும். எனக்கு வாய்க்கும் பேருந்துகள் S-14, S17, S-25, 3M, 107, 160 மற்றும் சில சிற்றுந்துகள். பேருந்துக் கட்டணம் 6, 7, 9 அல்லது 13 பணம். வண்டிக்குத் தகுந்தாற்போல. யாவுமே ஒரே இனத்து லொடக்குப் பேருந்துகளே எனினும் எல்லா நிறுத்தங் களிலும் நிற்பன என்றாலும் பெயர்கள் தாள்தள சொகுசு, விரைவு, சாதாரண என. கோவை மாநகருக்கே இவ்வகை லொடக்கு வண்டிகள் என்றால் நீங்கள் நாகர்கோயிலில் எந்த வழித்தடப் பேருந்திலாவது பயணம் செய்து பார்க்க வேண்டும். அஃதோர் உயிராபத்து அனுபவமாக இருக்கும்.

பேருந்து வரவு காத்து என்னுடன் பேரிளம் பெண் ணொருத்தி நின்றிருந்தாள். எங்கோ வீட்டு வேலை பார்ப்பவள். வழக்கமாகப் பார்க்கும் முகம். புதியவராக மற்றொருவர் நின்றிருந்தார். முப்பத்தைந்து வயதிருக்கும். பெரும் தொந்தியைச் சட்டைக்குள் திணித்து, சட்டையை பேன்ட்டுக்குள் செருகி யிருந்தார். சட்டைப் பையில் இரண்டு பேனாக்கள். கையில் 3”x 6”அளவில் மொபைல் ஃபோன். முதுகில் பள்ளி மாணவர் சுமக்கும் தரத்திலான பை. கையும் காதும் வாயுமான மொபைல் பயன்பாடு.

பேருந்துப் பயணத்தில் இந்த முதுகுப்பை, பார இழவு. கையில் தொங்கும் பை என்றால் அது கால்முட்டுக்குக் கீழே இடத்தை அடைத்து இல்லாமல் தொங்கும். கனத்தால் காலடியிலும் வைத்துக் கொள்ளலாம். ஒரு கை பை பிடிக்கும், மற்ற கை, நிற்கும் பயணியானால், கம்பி பற்றும். இந்த முதுகுப்பை ஓராள் நிற்கும் இடம் அடைக்கும். பின்னால் நிற்கும் நம் நெஞ்சில் ஒவ்வொரு பிரேக்கிற்கும் மோதும். நாம் உட்கார்ந் திருந்தால் முகத்தில் அல்லது தோள்பட்டையில் இடிக்கும்.

இரு சக்கர வாகனப் பயணம் செய்வோருக்கு, இரண்டு கைகளும் சுதந்திரமாக வைத்திருக்க, இந்த முதுகுப்பை உதவும். நெடுந்தொலைவு நடப்பவருக்கும் மலையேறுபவருக்கும் கூட. பேருந்துப் பயணிக்கும் தான். ஒரு கையால் கம்பியைப் பிடித்து நின்று, மற்ற கையால் மொபைல் நோண்டலாம். ஆனால் கூட்ட நெரிசல் நேரத்தில் அடுத்து நிற்கும் பயணி பாடு பெரும்பாடு.

பள்ளி மாணவர் வீடு திரும்பும் நேரத்தில், வழக்கமாய் என் மடியில் இரண்டு புத்தகப் பைகளையாவது கிடத்தி விடுவார்கள். மாணவர் பை சுமப்பது சுகமான சுமை எனில் நம் முதுகில் தொந்தியும் மாரில் பையும் இடிக்க நிற்பது சோகமான சுமை.

ஒரு 160 வந்தது. என் சட்டைப் பையில் பத்து ரூபாத் தாள் இருந்தது. மணிக்கூண்டு போய்ச் சேர ஒன்பது பணம் கட்டணம். இரண்டாண்டுகளாக அந்த வழித்தடத்தில் பயணிப்பதாலும், சரியான சில்லறை கொடுப்பதாலும், எனக்கு அந்தத் தடத்து நடத்துநர் யாவரும் பழக்கம். அமர்ந்த உடன், கேட்காமலேயே பயணச்சீட்டு தந்துவிடுவார்கள். புன்னகை ஒன்றும் அன்பளிப் பாக. ஆறு ரூபாய், ஏழு ரூபாய் பேருந்துகள் என்றால் சரியான சில்லறை கொடுப்பேன். பதின்மூன்று பணம் பயணச்சீட்டு என்றால் ஒரு பத்து ரூபாய்த் தாளும் மூன்று ரூபாய்க்கான நாணயங்களும். சில்லறையாகக் கொடுக்கும்போது, என்னிடம் இருக்கும் பழைய கனத்த நாணயங்களுக்கே முன்னுரிமை.

தமிழில் சொல்லுக்குப் பஞ்சமில்லை என்பதைப்போல, எனக்கு சில்லறைக்குத் தட்டில்லை. தமிழ்க் காரியம் சரி, சில்லறைக் காரியம் எப்படி? வீட்டில் நாணயம் அடிக்கும் இயந்திரம் வைத்திருக்கிறாயா என்று கேட்கலாம்! நாணயம் அடிக்கும் இயந்திரம் வைத்திருப்பவன், பதிமூன்று ரூபாய்க் கட்டண தாள் தள சொகுசு லொடக்குப் பேருந்தை நிராகரித்து, பின்னர் வரும் ஆறு ரூபாய் சாதாரண லொடக்குப் பேருந்துக்குக் காத்திருப்பானா!

எனக்கு சில்லறை உபயம், விஜயா பதிப்பகத்து சிதம்பரம். சில்லறை டப்பா காலியாகிவிட்டால், ஆயிரம் பணத்துக்கு ஒரு ரூபாய், இரண்டு ரூபாய், ஐந்து ரூபாய் நாணயங்கள் வாங்கிக் கொள்வேன். அவர்கள் தமது வணிகத் தேவைக்கு வங்கியில் இருந்து வாங்கி வைத்திருப்பார்கள்.

டவுன் ஹால் நிறத்தத்தில் இருந்து வ.உ.சி நகர் நிறுத்தம் வரை 19 வேகத்தடைகள் உண்டு. வ.உ.சி.நகர் நிறுத்த வேகத் தடையில் வேகம் குறைந்த 160, கை காட்ட எங்கள் பக்கம் ஒதுங்கி நின்றது. யாரும் இறங்கவில்லை. மூன்று பேரும் ஏறினோம்.

தொந்தி பெருத்த இளைஞர் முந்தி ஏறி, சன்னலோர இருக்கை பிடித்து, முதுகுப் பையை மடியில் இருத்திக் கொண்டார். அவர் அருகிலேயே எனக்கும் ஒரு இருக்கை வாய்த்தது. எனக்கு ஒன்பது ரூபாய் டிக்கெட்டும் ஒரு ரூபாய் மீதியும் தந்தார் நடத்துநர், நான் பத்து ரூபாய்த் தாள்கொடுத் தேன். தொ.பெ.இளைஞர் நூறு ரூபாய்த் தாளொன்று நீட்டி,

"ஒரு ரயில்வே ஸ்டேஷன்" என்றார். நடத்துநர், "ஒரு ரூவா குடுங்க" என்றார் தாளை வாங்கிக்கொண்டு. அஃதாவது பதினோரு ரூபாய் பயணச்சீட்டு. ஒரு ரூபாய் பயணி கொடுத்தால், தொண்ணூறு ரூபாய் மீதி கொடுப்பார்.

தொ.பெ.இளைஞர், "இல்லீங்க" என்றார். சொன்னதோடு நில்லாமல், சட்டைப் பையில் கைவிட்டு, இரண்டு பேனாக்கள், சில மடித்த காகிதங்கள், மற்றும் சில நூறு ரூபாய்த் தாள்களைக் காட்டிக் கைவிரித்தார். நடத்துநர், வாங்கிய நூறு ரூபாய்த் தாளைத் திருப்பிக்கொடுத்து, "அடுத்த ஸ்டாப்பிலே இறங்கிக் கிங்க" என்றார்.

சுண்டக்காமுத்தூரில் இறங்கினாலும் அடுத்த பேருந்துக்கு, பத்திருபது நிமிடங்கள் ஆகலாம். மின்சாரம், தண்ணீர், உழைப்பு, மாத்திரம் அல்ல, எவரின் நேரம் வீணாவதும் தேசிய நட்டம் தான். பலகோடி இந்தியரின் நேரம், 41 நாட்களாக, வங்கிகளில், ஏடிஎம் வரிசையில் நின்று வீணாகின்றன. எத்தனை Man days பாழ்?

'சவம், ஒரு ரூவாக் காரியம்' என்றெண்ணி, எனது பின்பாக்கெட்டில் கைவிட்டு, ஒத்த ரூவாத் துட்டு ஒன்று எடுத்து தொ.பெ.இளைஞரிடம் நீட்டினேன். அவர் என்னை ஒருவித மாகப் பார்த்தார். இவனிடம் என்ன பிச்சை வாங்குவது என்று நினைத்திருக்கலாம்.

"பரவால்ல சார்... அடுத்த முறை பார்க்கிறபோது திருப்பிக் குடுங்க" என்றேன். தொ.பெ.இளைஞர் என்னிடம் அந்த நாணயத்தை வாங்கவில்லை. 'ஈ என இரத்தல் இழிந்தன்று' என்று ஔவையார் பாடல் தெரிந்தவனாக இருக்கலாம். சற்று நிதானித்து தனது பின்புற பாக்கெட்டில் கைவிட்டார். ஒன்று, இரண்டு, ஐந்து ரூபாய் நாணயங்கள், பழையனவும் புதியனவும், குவிந்த சிரங்கை நிறைய வந்தன. அவற்றில் இருந்து பழைய கனத்த ஐந்து ரூபாய் நாணயம் ஒன்று எடுத்தார் மிச்சத்தைப் பாக்கெட்டில் திணித்தார். என்னிடம் திரும்பி, "தருவானுங்க சார்" என்றார்.

எனக்கானால் கண்மணி குணசேகரன் நாவல் 'நெடுஞ் சாலை' வாசித்த பிறகு, ஓட்டுநர் நடத்துநர் பற்றிய பார்வை கரிசனப்பட்டிருந்தது. தொ.பெ.இளைஞர் மறுபடியும் நடத்து நரிடம் நூறு ரூபாய்த் தாளும் ஐந்து ரூபாய் நாணயமும் கொடுத்தார். எமது வழித்தட நடத்துநர், ஓட்டுநர் அனைவரும் இளைஞர்கள். வேலை வாங்க எத்தனை இலக்கம் தன்மானத் தமிழ்த் தலைவர்க்குக் கொடுத்தார்களோ! ஆனால் உற்சாகமான

வர்கள். இன்முகம் கொண்டவர்கள். ஒன்பது பத்து ரூபாய்த் தாளும் இரண்டு இரண்டு ரூபாய் நாணயங்களும் திருப்பிக் கொடுத்தார் பயணச்சீட்டுடன். தொ.பெ.இளைஞர் ரூபாய்த் தாள்களை எண்ணி சட்டைப் பையிலும் நாணயங்களை பின்பாக்கெட்டிலும் எனத் திணித்துக்கொண்டார். என்னைப் பார்த்து லேசாகச் சிரித்தார். அதற்குள் பேருந்து 'மானாவாரி மனிதர்கள்' நாவல் எழுதிய சூரியகாந்தனின் ஊரான ராமர் செட்டிப்பாளையமும் 'ஈரம் கசிந்த நிலம்' நாவல் எழுதிய சி.ஆர்.ரவீந்திரன் ஊரான பேரூர் செட்டிப்பாளையமும் தாண்டிவிட்டது.

தொ.பெ.இளைஞர் மறுபடியும் என்னைப் பார்த்தார். 'பைத்தியாரப் பயலே!' என்பது அந்தப் பார்வையின் பொருளாக இருக்கலாம்.

உண்மையும் அது தானே!

சங்கு, ஏப்ரல் 2017

ஏவல்

'எட்டுப் பத்து மாசமாச்சு, இப்பிடி ஓட்டம் தொடங்கி! சின்னப் பாடா? வில்லுக்கீறி எங்க கெடக்கு? வீரகேரளமங்கலம் எங்க கெடக்கு?'

சலிப்பாய்ச் சலித்தபடி இலுப்பாற்றுப் பாலத்தின் கீழே, பாறைமேல் சலசலத்தோடும் வெள்ளத்தின் ஓசையும் தலைக்கு மேல் நித்திலம் பூத்து கருங்கோட்டுப் புன்னை கவித்திருந்த மையிருட்டுமாகக் கால் நீட்டிப் படுத்தது ஏவல். நேரம் நள்ளிரவும் மறிந்து கீச்சான்களின் சில்லொலி. தூரத்தில் ஆழ்ந்த மோனத்தில் திளைத்திருந்தது தாடகை மலை. பாலத்தின் கீழே, கல்லுக்கட்டுச் சுவரோரம், சின்ன முக்கோணக் கல்லில் மஞ்சணை அப்பிய பீடத்தில் குடியிருந்த பாலத்தடி மாடன் எழுந்து ஏவல் பக்கத்தில் குத்துக்காலிட்டு அமர்ந்தார். அவருக்கும் அல்லும் பகலும் அறுபது நாழியலும் ஆண்டுக்குப் பதின்மூன்று அமாவாசை பௌர்ணமியுமாக எப்படித்தான் சாகுமோ காலம்? காற்றாட உட்கார்ந்து கதைக்கலாம் என்பதே அவரது உத்தேசம்.

"என்ன மக்கா, பனங்கருக்கா? ரெம்ப நேரமாட்டு படுத்துக் கெடக்கே? திரேகத்திலே வாட்டமா? இல்லே மனசிலேதான் சீணமா?" என்றார் பாலத்தடி மாடன்.

அந்தப் பிராந்தியத்தில் கெதியாக நடமாடித் திரிந்த ஏவல் பண்ணைக்கு ஒருவன் பனங்கருக்கன். பனங்கருக்கு என்றால் பனைமரத்து மட்டையின் இருபுறமும் மரமறுக்கும் வாள்போலப் பற்களுடன் இருக்கும் விளிம்பு. பனங்கருக்கன் என்ற இந்த ஏவல், வட்டியூர்க்காவு மந்திரவாதியின் சேனையில் ஒரு உறுப்பு. அதன் வயதென்ன என்பது அதற்கும் தெரியாது. மந்திரவாதிக்கும் தெரியாது. பரம்பரை பரம்பரையாக மந்திரவாதக் குடும்பத்தின் சிப்பந்தி. ஏவல் இடத்துக்கு போய் எதிரியின் மேல் இறங்க வேண்டும். வாய் கோணப் பண்ணுவதோ, கைகால் முடமாக்கு வதோ, தீராத வயிற்று நோவோ, ஆளையே வேக்காடு வைப்பதோ, சொன்னதைச் செய்துவிட்டுத் தாவளத்துக்கு

மீண்டுவிட வேண்டும். எந்த ஏவலுக்கும் பசி, தாகம், காமம், பிணி, மூப்பு, சாவு இல்லை. பௌராணிகர்கள், தேவ கன்னிகையை எச்சிற்படுத்த நினைத்ததால் பெற்ற சாபம் என்பார்கள்.

ஏவல்களுக்கு உருவம் இல்லை. உருவம் இல்லாதவர் கண்களுக்கும், எசமானர்கள் கண்களுக்குமே தென்படுவார்கள். உருவமே இல்லாதபோது எங்கே ரேஷன் அட்டை, வாக்காளர் அட்டை, ஆதார் அட்டை? பிறகெங்கே தேர்தல்களின்போது ஐயாயிரம் பத்தாயிரம் என்று வாக்குக்கு பணம் பெறுவது? ஏவலுக்கு, தனது தலைவருக்குக் கட்டுப்பட்டுக் கிடப்பதே சுய தர்மம். ஊதியம் என்பது, ஆண்டுக்கு ஒருமுறை, ஆடி அமாவாசை அன்று கொடுக்கப்படும் ஊட்டு. அதில் ரத்தப்பலி கொண்ட நிவேதனங்கள் இருக்கும்.

மந்திரவாதியின் சாந்நித்யத்தில் எந்த ஏவலுக்கும் இருக்கை கிடையாது. ஒற்றை மணையில் அவர் மட்டும் இருப்பார். காட்சி பழகிக் கிடப்போர்க்கு நான் சொல்வது அர்த்தமாகும். அர்த்தமாகவில்லை எனில் தமிழ்நாட்டின் முதலமைச்சரையும் சக அமைச்சர்களையும் மாமன்ற உறுப்பினர்களையும் கவனத்தில் கொள்க. இன்னும் சொன்னால், நேருக்கு நேர் நிற்காமல் பக்கவாட்டில்தான் நிற்கலாம். கண்ணொடு கண் நோக்குவது அறவே அனுமதிக்கப்படுவதில்லை. வாய்ச்சொற்களுக்கும் எந்த பயனும் இல்லை.

பனங்கருக்கன் ஆவலாதியுடன் வருத்தத்தைப் பாலத்தடி மாடனிடம் பகிர்ந்து கொண்டான்.

“நம்மள ஏவல் செய்து அனுப்பப்பட்ட முடிவான் கிட்டே நெருங்க முடியல்ல வே! கவசம் மாதிரி நிக்கான் கனகன்னு ஒரு காவலு. அவனும் நம்ம எனவன்தான். பொறுப்புண்ணு ஏத்துக்கிட்டா, அவன் எடத்தை உமக்கு விட்டுக் குடுப்பானா? இத்தனைக்கும் முப்பது வருசம் மிந்தி ரெண்டு பேரும் ஒரே மந்திரவாதிகிட்டே இருந்தவங்கதான். சின்னம் ஒண்ணு, கொடி ஒண்ணு, கீதம் ஒண்ணு, கோஷம் ஒண்ணு... ரெண்டு பேரும் சேந்தே ஏகப்பட்ட நிர்த்தூளி பண்ணி இருக்கோம்... இப்பம் அவன் அணி வேற, நம்ம அணி வேற... நம்ம ஏவலு, அவன் காவலு பாத்துக்கிடும்...”

“ஏத்துப் புடிச்ச ஏவலைக் கொண்டுக்கிட்டுப்போயி, ஏவப்பட்டவன் மேல எறங்காம திரும்பிப்போக முடியுமாடே?” என்றார் மாடன்.

“என்னண்ணு சொல்ல எங் கதய? இட்ட அடி நோவுது, எடுத்த அடி கொப்பளிக்கு... அங்க போனா காவலு அண்ட

விடமாட்டங்கான்... இங்க வந்தா மந்திரவாதி அக்கினி குண்டம் மாதிரி நிக்கான்... இதென்ன கோர்ட் சம்மனா, வாங்க ஆளில்லாட்டா கதவுல ஒட்டீட்டு வாறதுக்கு? நேரடியா அவன் மேல போயி எறங்கினாத்தான் சோலியைத் தொடங்க முடியும்? செய்வினை சொமந்த நம்ம ஆவித் தேகம் தீயாட்டு தகிக்கு... சவத்த, ஏவின வேலையைச் செய்து முடிச்சுட்டு வந்து நிம்மதியா இலுப்பாத்துல ஒரு முங்கலு போட நீதமுண்டா?"

காலடியில் கிடந்த கூழாங்கல் ஒன்றைத் தூக்கி தண்ணீர்க் கயத்தில் வீசியது ஏவல். நாலைந்து கெளிறுகள் நீர்மட்டத்துக்கு மேல் எம்பிக் குதித்தன. ஏற்ற பணியை முடிக்கும் வரை எந்த ஏவலுக்கும் ஓய்வு இல்லை. ஈதென்ன அரசுப் பணியா, 'முடிஞ்சா செய்யி, இல்லேண்ணா கெடக்கும்!' என்பதற்கு. சம்பளக் கமிஷன் உண்டா, கிம்பளம் உண்டா, போனசு உண்டா, அகவிலைப்படி உண்டா, பஞ்சப்படியுண்டா, பயணப்படியுண்டா? பணி ஏற்றுக் கொள்வது என்பது கிட்டத்தட்ட சுப்பாரி வாங்குவதற்கு சமம். உயிர் தமிழுக்கு, உடல் மண்ணுக்கு என்பதுபோல், செய் அல்லது செத்துச் சுண்ணாம்பாப் போ!

ஏவலுக்கு சிறு விடுப்பு, நோய் விடுப்பு, பெரு விடுப்பு, பிள்ளைப் பேற்று விடுப்பு என்பதெல்லாம் இல்லை. ஏவல்களின் நடமாட்டம் கண்காணிக்க GBS போன்றதொரு கருவியும் உண்டு மந்திரவாதியிடம். கண்ணுக்குத் தெரியாத மாந்த்ரீகச் சரடு அது.

மாடன் சின்னதாக ஒரு நூல் நுழைத்தார். அதை அவர் சாதிக் குசும்பு என்றும் கொள்ளலாம்.

"யாருக்கு மேலயாக்கும் ஏவலு? சொல்லலாம்ணா சொல்லுடே! நிர்ப்பந்தம் இல்ல..."

"ஒம்ம கிட்ட சொல்லுகதுக்கு என்னா? ஒமக்கு நம்ம பட்டைச் சாமியைத் தெரியுமா? பழைய எம்எல்ஏ?"

"ஆமா! மூணு தலமொறயா பட்டைச் சாராயம் வாற்றுகிற குடும்பம். நமக்கு பங்குனி உத்திரத்துக்கு படுக்கை வச்சுத் தரச்சிலே கூட அவன் சாராயம் தான் வாங்கி வைப்பானுக... சவம் ஒரே தொண்டைக் கமறலு. என்ன எளவைக் கலக்குவானுகளோ?"

"அவன்தான் நம்ம மந்திவாதிக்குச் செல்லும் செலவு குடுத்து நம்மை ஏவி விடதுக்கு ஏற்பாடு செய்த ஆளு..."

"அவன் யாருக்கு மேலயாங்கும் இப்பம் ஏவல் அனுப்புதான்?"

"அவுரும் ஒமக்குத் தெரிஞ்சவருதான்! மணல் வாரி

அப்பன்..."

"ஓ! அவனா? கொள்ளாம்... அவன் இப்பம் ஆளுங்கட்சி எம்மெல்லே தான? ஊருல ஒரு ஆத்துல ஓடையில பொடி மணலு இல்லாம தூத்து வாரப்பட்ட குடும்பம்லா?"

"அவன் தான் லெக்காளி!"

"சரி டே! அவுனுக்கும் இவனுக்கும் என்னா? ரெண்டு பொண்டாட்டிய ஓளிகளும் ஒரே தாலியறுப்பு கட்சி தாலா? அஞ்சு வருசம் அவன் அடிச்சு மாத்தினான். இப்பம் இவன் அடிச்சு மாத்துகான். அம்பது நூறு கோடி முன்னப் பின்ன இருக்கும் அவனவன் சாமர்த்தியம் போல... இதுல இவுனுகளுக் குள்ள செய்வினை வய்க்க அளவுக்கு என்னடே வெட்டுப்பழி குத்துப்பழி? ஒருத்தன் பொண்டாட்டி தாலியை மத்தவன் அறுக்கணும்ணு நிக்கானுகோ!"

சற்று நிதானமாக, சாதகப் பறவை போலத் திங்களின் ஒளியை உண்டு திரும்பினான் பனங்கருக்கன்.

"இப்பிடி பாலத்துக்கு அடியிலே கெடந்து நீரு என்னத்தைக் கண்டேரு வே? வழக்கு எவன் கூடுதலா கொள்ளை அடிச்சான்ங்கிறதுல இல்ல பாத்துக்கிடும். Bone of Contention என்னன்னு கேட்டேருண்ணா, ஒரு தெலுங்குத் துணை நடிகை..."

"அதாரு டே?"

"முன்னால எல்லாம் சினிமாவுல காதல் காட்சியில, கதாநாயகிக்கு பொறத்த பத்துப் பேரு ஆடீட்டிருப்பா... பெருத்த தொடையும் பெரிய மார்புமா... இடுப்பை வெட்டி வெட்டி கொப்புளைக் குலுக்கிக் குலுக்கி..."

"சே! என்ன பேச்சுடா பேசுகே, நேரங்கெட்ட நேரத்திலே?"

"சொல்லுகதைக் கேளும்... இவ அந்தப் பத்துப் பேரிலே ஒருத்தியாக்கும். அஞ்சாறு சினிமால ஹீரோவுக்கு தங்கச்சியா வந்து வன்புணர்ச்சி செய்யப்பட்டு செத்துப் போனா... பொறவு சீரியல்லே வர ஆரம்பிச்சா..."

"அதென்னப்பா வன்புணர்ச்சி?"

"வன்புணர்ச்சின்னா rape பாத்துக்கிடும்... கற்பழிப்புண்ணு சொன்னாத்தான் உமக்கு மனசிலாகும்ணா அப்பிடியே வச்சுக்கிடுவோம்..."

"சரிப்பா... தெலுங்கு துணை நடிகைக்கும் முன்னாளும் இன்னாளுக்கு என்ன பெந்தம்? தென்னை மரத்துக்கு தேள் கொட்டுனா, பனை மரத்துக்கு நெறி கட்டுமா?"

"பாலத்தடி மாடனா, இல்லாட்டா வெறுந்தடிமாடனா நீரு? பொம்பளைக்கான போட்டீல சாம்ராஜ்யமே கவுந்திருக்கு... பத்து நுப்பது வருசத்துக்கு மிந்தி, கோட்டை மாதிரி இருந்த பெரிய கட்சியே உடைஞ்சு ஆட்சி மாறீருக்கு... ஓர்மை இல்லையா ஒமக்கு? அஞ்சு வருசம் மிந்தி, ஒரு பிரபலத்தைக் கொண்ணு சாமானத்தை அறுத்து அவன் வாயில திணிச்சு வச்சதை மறந்திட்டேரா?"

"இப்பம் இவுனுகளுக்குள்ள அந்த நடிகைக்காச் சுட்டித் தான் அடிவிடியா? அவ பேரு என்னடே?" என்றார் பாலத்தடி மாடன்.

"ஒமக்கு அவ கட்டுப்படியாகாது கேட்டேரா? காக் குப்பி வாத்துச் சாராயத்துக்கும் சுட்ட கருவாட்டுக்கும் அவிச்ச முட்டைக்கும் சுருட்டுக்குமே ஒமக்குத் தாரித்திரியம்லா? பென்ஸ் காரைப் பாத்து நாயி ஊளையிட்டு என்ன காரியம்?"

"நீ, அவ பேரைச் சொல்லுடே!"

"விட்ட எடத்திலேயே நில்லும் என்ன? பூர்விகப்பேரு சிலக்கலூரிப்பேட்டை சௌந்தரம்மா... மூணு தலமொறயா துணை நடிகை... சினிமாவுக்கு வந்த பொறவு சுந்தரஸ்ரீ... கொஞ்ச நாள் மிந்தி அவளை முன்னாள் வச்சிருந்தான்..."

"அவுனுக்கு ஏற்கெனவே ரெண்டு பொண்டாட்டியும் ஒரு வைப்பாட்டியும் உண்டும்லா டே?"

"அதுக்கு நீரும் நானும் என்ன செய்ய முடியும்? அவுனுக்கு மதன காம கஜ கேசரி யோகம் வே! போன மாசம் சுந்தரஸ்ரீயை இன்னாள் அடிச்சு மாத்தீட்டான்... சும்ம இல்லே! கீரிப்பாறை மல மேல ஒரு எஸ்டேட்டு. கொச்சியிலே ஒரு காம்ப்ளக்சு... பிவாண்டியிலே ஒரு தறிப்பட்டறை எழுதிக் குடுத்திருக்கான்யா.

"அவுளுக்கு அப்பிடியொரு இடுப்பு பெலமாடே?"

"அதை எங்கிட்ட கேக்கேரு? நமக்கு அப்பம் தின்னவோ, அல்லால் குழி எண்ணவோ?"

"இப்பம் முன்னாள், இன்னாளை ஒழிச்சுக்கெட்டணும்ணு பாக்கான். அப்பிடிச் சொல்லும்! கை கால் வெளங்காமப் பண்ணி கொளம் கோரினாத்தான் திண்ண சோறு செமிக்கும் போலருக்கு... அதுக்குத்தான் நீ ஏவலு! ஒரு வகையிலே நீ செய்யது ஒரு அறம்தான் பாத்துக்கோ! ஆயிரம் கொலகாரப் பாவிகள்லே ஒருத்தன் ஒழிஞ்சாக்கூட ஒருத்தன் கொறஞ்சிருவான்யா? மக்கள் தொண்டே மகேசன் தொண்டு! சரி, பின்னே சட்டு புட்டுண்ணு சோலியை ஆரம்பி டே மக்கா!"

"ஒமக்கு ஒண்ணும் லௌகீக ஞானம் இல்லியே வே! இதென்ன துணைவேந்தர் பதவியா, பத்துக் கோடி வீசி எறிஞ்சு பாஞ்சு புடிக்கதுக்கு? நான் நெனச்ச நேரம் இன்னாள் மேல எறங்க முடியாதுல்லா? அட்டமி, நவமி, தேய்பிறை இருக்கப் பிடாது. ராகுகாலம், எமகண்டம், கரிநாள், சூலம் எல்லாம் பாக்கணும்! மூந்திக்கருக்கல் நேரம் பாத்து, வெள்ளி செவ்வாய் பாத்து எறங்கணும்..."

"அதும் அப்பிடியா?" என்று சலித்தார் மாடன்.

"நீரு ஒரு சங்கதி தெளிவாட்டு மனசிலாக்கணும்! நூறு ஏக்கர் ஏலக்கா தோட்டம் முன்னாள் கிட்ட இருந்தா என்ன, இன்னாள் கிட்ட இருந்தா நமக்கு என்ன வே? வாக்காளனுக்கு வாக்குறுதிங்கப்பட்டது. கை முட்டுலே தடவப்பட்ட தேன் மாதிரி... கொண்டுகிட்டு நடக்கலாம்... ஆனா ஒருகாலமும் நக்க முடியாது! இதுல எவன் ஆளுங்கட்சி, எவன் எதிர்க்கட்சி, எவன் முன்னாள், எவன் இன்னாள்னா நமக்கென்ன போச்சு? அஞ்சு வருசம் அவன் கொள்ளை. அஞ்சு வருசம் இவன் கொள்ளை. வாக்காள சனம், எச்சிச்சோத்துப் பருக்கைக்கு அடிச்சுக்கிட்டு சாவுது. கூவித் திரியுது வாள்க, ஒளிகண்ணு... ரெண்டு பொண்டாட்டியும் ஒரு வைப்பாட்டியும் போராதா வே ஒருத்தனுக்கு? எம்புட்டு வெசம் சொரந்தாலும் கக்குகதுக்கு ஏதும் புத்திமுட்டு உண்டா? ஆசைவே... பழைய சோசலிஸ்ட் தலைவரு, ராம்மனோகர் லோகியா சொன்னாருவே பார்லிமெண்ட்லே! ஜவகர்லால் நேருவுக்கு எதிரா பேசச்சில! வெளக்கணச்சா எல்லாப் பொம்பிளையும் ஒண்ணுதாம்ணு... அவன் கிட்டே இருந்து இவன் அடிச்சு மாத்தினான்... இப்பம் அவன் செய்வினை செய்து ஏவல் அனுப்புகான்..."

பாலத்தடி மாடன் யோசித்தார். தாங்கிக்கொள்ள முடியாதுதான் போலும்! ஒற்றை விதையைத் திருகி எறிந்து இன்னாளைத் தீவைத்துக் கொளுத்தும் அளவுக்கு முன்னாளுக்குக் கோபம், சினம், ஆங்காரம், வெப்ராளம், எரிச்சல், கடுப்பு, விரோதம், குரோதம், பகை.

பனங்கருக்கனும் தனியாக யோசித்தான். செய்வினையைச் சுமந்து திரிவது என்பது ஸ்மார்ட் போன் வைத்துக்கொள்வது போல அல்ல. எவர்மீது ஏவப்பட்டதோ அவரைத் தவிர, மனைவி, துணைவி, வைப்பாட்டி, சின்னவீடு என்று மாற்றி மற்று எவர் மீதும் இறக்க இயலாது. கூரியர் டெலிவரி கொடுப்பது போன்றதல்ல. பாஸ்போர்ட் டெலிவரி கொடுப்பதைப் போன்றது. ஏவல் அல்லது செய்வினை சம்மந்தப்பட்டவர் மீது இறங்கி விட்டதற்கு கையொப்பமோ, பெருவிரல் ரேகையோ,

முத்திரையோ போதாது. உடனடியாக நடவடிக்கை மூலம் நிரூபணமாகவேண்டும்.

பனங்கருக்கன் பல்லாண்டாகக் கட்சியின் எடுபிடி, கூவல், மோதல், சாதல் தொண்டன்போல அலைபாய்ந்தான். காரணம் கண்டு சொல்ல இயலாத நோயினால் அம்மா செத்து, இமயம் என நம்பிய சின்னம்மா கடுஞ்சிறை சென்று, வடிவான கண்களை மண்மகள் அன்றி மற்றெவரும் அறிந்திராத ஆபத்துதவி அணி மாறி, சின்னத் தாய்மாமன் மகனே கதியென்று கிடக்கும் அடிமட்டத் தொண்டனாய் உணர்ந்தான். மொட்டை அடிப் பானா? அலகு குத்துவானா? காவடி சுமப்பானா? மண்சோறு தின்பானா? சமாதி முன்பு வடக்கிருந்து உயிர் நீப்பானா? தீப்பாய்வானா?

பாலத்தடி மாடன், பனங்கருக்கனின் பரிதவிப்பை உணர்ந்து இரங்கினார்.

“சரி! போயிப் படு மக்கா! ராத்திரி மூணாஞ் சாமம் எறங்கி யாச்சு! கண்ணடச்சாத் தானே காலம்பற உள்ள சோலிகளைப் பாக்க முடியும்?”

பாலத்தடி மாடன் மெதுவாக நடந்து போய், தனது பீடத்தில் ஏறி முக்கோணக் கருங்கல் குற்றியில் நுழைந்து வழக்கமான யோக முத்திரையில் அமர்ந்தார். ஏவல் பனங் கருக்கன், ஆற்றங்கரையின் அரசமரத்துக் கிளை ஒன்றில் வெளவால் போலத் தலைகீழாகத் தொங்கிக் கண்ணயர முனைந்தது.

முயற்சி உடையார் இகழ்ச்சி அடையார் என்றும், ஊழையும் உப்பக்கம் காண்பார் என்றும் தமது மூதாதையர் அடிக்கடி சொல்லக் கேட்ட ஏவல், கண்விழித்ததும், கடமையில் கவனம் குவித்தது. கானக் கோழிகள் கூவின. செம்போத்து பாய்ந்தது. கீரிப்பிள்ளைகள் புதர் மாறிப் புரண்டன. நீர்ப்பாம்பு நீந்த ஆரம்பித்தது. எப்படியும் மறுபடியும் முயன்று பார்ப்பது என்ற உறுதியுடன் புறப்பட்டது. கவனித்துக்கொண்டிருந்த பாலத்தடி மாடன், ìHappy Valentines Dayî என்றது, எதற்கு என்ன வாழ்த்து என்பதறியாமல்,

இராகு காலம், எமகண்டம், மேற்கில் சூலம் எல்லாம் பார்த்து, சுபயோக சுபமுகூர்த்த நல்லோரையில், துர்முகி ஆண்டு, பங்குனி மாதம், நிறைந்த அமாவாசை நாளில் புறப்பட்டது. ஒன்று, இன்று எப்படியும் ஏவலை இறக்கி விடுவது. அல்லால், மந்திரவாதியின் ஆட்சி செல்லும் தட்டகம் தாண்டியதோர் பிரதேசத்தில், ‘தாழிரும் சடைகள் தாங்கித் தாங்கரும் தவம்

மேற்கொண்டு, பூழி வெங்கானம் நண்ணிப் புண்ணிய நதிகள் ஆடி, ஏழிரண்டு ஆண்டில்' வரலாம் என்று தீர்மானித்தது.

செய்வினை, ஏவல், மந்திரப் பூட்டு, வசியம் யாவற்றுக்கும் power பதினான்கு ஆண்டுகள் என்பது உலக நீதி, கொன்றை வேந்தன், மூதுரை, நல்வழி, இன்னா நாற்பது, இனியவை நாற்பது, கார் நாற்பது, களவழி நாற்பது, கற்றுத் தரும் பாடம். அதன் பிறகு சின்னத் தோதில் சிப்பந்தி வேலைகள் செய்து சீவித்திருக்க லாம். அல்லது ஐந்து ஆண்டுகளில் முன்னூறு கோடி தேற்றி விட்டு தொலைக்காட்சி வாதங்களில் பங்கேற்கப் போகும் சுயேச்சை எம்.எல்.ஏ.போல ஏவல் சானல்களில் அமரலாம்.

மணல் லாரி அப்பனின் தோட்ட பங்களாவை அடைந்த பனங்கருக்கன், வாசல் கேட்டருகே நின்ற பன்னீர் மரத்தடியில் கண்மூடி சின்னத் தோதில் பிரார்த்தனை ஒன்று செய்தான். நிதானமாகத் தோட்டத்தினுள் எட்டிப் பார்த்தான். கனகனைக் கண் வெட்டத்தில் எங்கும் காணோம். ஒருக்கால் காவல் பதவிக்காலம் முடிந்து, பதவிக்காலத்தில் செய்த பணம் கொண்டு வாங்கிய கீழாநெல்லிப் பங்களாவில் ஓய்வில் இருக்கிறானோ என்னவோ?

நேரம் இரவு பத்தரை இருக்கும். மானாட மயிலாட முடிந்திருக்கும். பகல் முழுக்க ஆன்மீகமும், அறமும், அரசியல் நேர்மையும், தமிழ் வளர்ச்சியும் பேசும் யோக்கியச் சானல்கள் பலவும் செக்ஸ் மாத்திரை விற்கும் நேரம். 'ஒன்று போதும் நிண்ணு பேசும்' என்று விளம்பர வாசகங்கள் ஓடும் நேரம்.

அத்தா பெரிய பண்ணை வீட்டில் முன்முகப்பு விளக்கு மட்டும் எரிந்தது. முதல் மாடியில், கன்னி மூலையில் இருந்த அறையில் வெட்டம் தெரிந்தது. எந்த மூலையில் இருந்தும் எந்த நேரத்திலும் சாவு போலக் கனகன் எதிர்ப்பட்டு விடுவானோ என்ற அச்சத்தில், செய்வினை சுமந்து தோளசைய நடந்தான் கருக்கன்.

படுக்கை அறைதான். பள்ளியறை, சோபன அறை, உறக்க முறி, சயனக்கிரகம், பெட்ரூம் என எந்தச் சொல்லும் பயன்படுத்தலாம். கருக்கன் தனது சக்தியால் நிலத்தில் இருந்து எழும்பி அறையின் சாளரம் பக்கம் போய் நின்றான். கருக்கனின் அரூப உடலின் அரூபக் கண்கள் படுக்கை அறைக்குள் உற்றுப் பார்த்தன. ஒற்றுப் பார்த்தன. குளிமுறிக் கதவு திறந்தே இருந்தது. கனகன் படுக்கை அறையில் இருந்து குளியலறைக்குப் போவதும் வருவதுமாக இருந்தான். கவனித்துப் பார்த்ததில், கனகன் கையில், 18 ஆண்டுகள் பழைய ஜேக் டேனியல்ஸ் சிங்கிள் மால்ட்

டென்னஸி விஸ்கி, ஒரு லிட்டர் குப்பியொன்று இருந்ததைக் கண்டான். குளிமுறிக்குள் நுழைந்தவன், இருபது லிட்டர் பிளாஸ்டிக் வாளியில் விஸ்கியைத் திறந்து ஊற்றினான். பக்கெட் ஏற்கெனவே அரைப் பாகம் விஸ்கியில் நிறைந்திருந்தது. மறுபடியும் வந்து ஒரு குப்பி எடுத்துக்கொண்டு போனான். ஏதோ அபிடேகம், ஆராதனை நடக்குமாக இருக்கும் என்று எண்ணினான் கருக்கன். வாளி விளிம்பு வரை நுரை பொங்கி நின்றது. கண்ணைக் கவரும் இளங் கார் நிறம். எங்கும் பரவிய வாசம். ஒரு குப்பியின் விலை இந்திய மதிப்பீட்டில் 24,000. இருபது லிட்டர் வாளி. அடப் பாவிகளா, கிட்டத்தட்ட அஞ்சு லெச்சம் ரூபாய் விலையுள்ள சரக்கு. எவனுக்கு அம்மைக்கு ஆமக்கனுக்கு முதல்?

அவனவன் பொறுப்பான தமிழ்நாட்டுக் குடிமகன்கள், 98 ரூபாய்க்கு டாஸ்மாக்கில் குவார்ட்டர் வாங்கிக் குடித்து, குடல் வெந்து, கிட்னி நொந்து, விந்து முந்தக் கிடக்கிறான். இதென்ன ராத்திரி நேரப் பூசை என்று வியந்தான். வேலைக்காரன், சமையல்காரன், தோட்டக்காரன், காவல்காரன், வாகனமோட்டி என்று அனக்கம் காணோம். யாவரும் அறிதுயில் நீத்து ஆர்ந்த துயில் மேவியிருப்பார் போலும்!

வாளி நிறைந்ததும் கனகன் ஒதுங்கி நின்றான். முன்னாள் மாமன்ற உறுப்பினர், 'வாராயோ என் தோழி வாராயோ' என்ற பாணியில் சுந்தரஸ்ரீயை கைப்பிடித்து, இடுப்பணைத்து அழைத்து வந்தார். திக்குகளையே ஆடையாக உடுத்து, வண்ணச் சீரடி மண்மகள் அறியாதபடி மிதந்து நடந்தாள். 'வாரிய தென்னை வரு குரும்பை வாய்த்தன போல்' திண்ணமாக இருந்தன முகடுகள். வ.ஐ.ச.செயபாலன் எனும் ஈழத்துக் கவிஞரின் உவமையைக் கையாண்டால், 'அபினி மலர் மொட்டுக்கள்' போன்றிருந்தன காம்புகள். இந்தக் கதாசிரியனுக்கு எழுபது நடக்கிறது என்பதனால், இதற்குமேல் வருணிப்பது பீடன்று.

சுந்தரஸ்ரீயை குளியலறையில் சென்று நிறுத்திய மணல்வாரி அப்பன் வெள்ளித் தம்ளரில் சிங்கிள் மால்ட் விஸ்கியை மொண்டு, அவள் தோளில் இருந்து ஊற்றத் தொடங்கினான். கூச்சத்தில் நெளிந்த சுந்தரஸ்ரீ, வெட்கத்தில் சிணுங்கிச் சிரித்தாள். நாலைந்து தம்ளர், இடது தோள், வலது தோள், நெஞ்சு, குவடுகள், இடுப்பு, அடிவயிறு, தொடை எனக் கோரி ஊற்றியவன் தேளின் கடுப்புப் போன்ற நாட்பட்ட தேறலை, ஒருசில இடங்களில் வாய் வைத்துப் பருகினான். எந்தெந்த இடங்கள் என்பது வாசகக் கற்பனைக்கான வாய்ப்பு.

கனகன், புத்தம்புது செந்தெங்கு இளநீர் பறித்து, இருபதுக்கும் குறையாமல் சீவி வைத்திருந்தான். ஒவ்வொன்றாக எடுத்துக்கொடுக்க, மணல்வாரி அப்பன் அப்படியே சொரிந்தான். அவன் குலதெய்வமே வந்து இறங்கியதுபோல் சுந்தரிஸ்ரீ முகம் பொலிந்திருந்தது. இளநீர் முடிந்ததும் வெளிநாட்டுக் கம்பனி ஒன்றின் மினரல் வாட்டர். பன்னீர் அபிடேகம் இல்லையா என்று நீங்கள் கேட்கலாம். உங்கள் ஊகத்துக்கு விடை விடப்படு கிறது. பிறகு வெள்ளை பிச்சிப்பூ நிற தேங்காய்ப்பூத் துவாலை யால் அவளுடம்பை, பிறந்து இரண்டு மாதம் ஆன குழந்தை போல, நோகாமல் ஒற்றி எடுத்தான். கோயில் கருவறைகளில் அழகிய முலையம்மை, செப்பு முலையம்மை, பெரிய முலையம்மை, வாடா முலையம்மை, உண்ணா முலையம்மை என அபிடேகம் செய்து தீப ஆராதனை காட்டுவதுபோல மணல்வாரியப்பன் தீபம் காட்டுவான் என பனங்கருக்கன் காத்திருந்தது நடக்கவில்லை. அவள் உடலை ஈரம் போகத் துடைத்து, பாதம், பாதத்து விரல்கள்,விரலிடுக்குகள் எல்லாம் நீரொற்றி, கைப்பிடித்துப் போய் கட்டிலில் உட்கார வைத்தான். அதே திகம்பர கோலம்தான்.

இத்தனை அழகுணர்ச்சியும் கலாரசனையும் மலரினும் மெல்லிய காமத்தின் செவ்வி தலைப்படுதலும் அறிந்திருந்த மணல்வாரியப்பன் எங்ஙனம் அரசியல்காரன் ஆனான் என்று கருக்கனுக்கு வியப்பாக இருந்தது. வள்ளுவன் சொன்னபடி, காமம் நோயும் அல்ல பேயும் அல்ல என்ற குறைந்தபட்ச தெளிவு இருக்கிறதே!

கனகன் இரண்டடி விட்டமுள்ள வட்டமான வெள்ளித் தட்டத்தில் மாலை அலர்ந்த மதுரை முல்லைமலர் மொக்கு களைக் கூம்பாரமாகக் கொணர்ந்து வைத்தான். எப்படியும் ஐந்து கிலோ இருக்கும். முகூர்த்த நாள் என்பதால் தோவாளை பூச்சந்தையில் கிலோ 1600 ரூபாய் என விற்றது.

சுந்தரஸ்ரீ இடம் மணல்வாரியப்பன் தனது குலதெய் வத்தைக் கண்டிருக்கலாம் அல்லது குலதெய்வம் என்று கருதிய மற்றெவரையோ கண்டிருக்கலாம். திருமூலர் சொன்னார், 'மரத்தில் மறைந்தது மாமத யானை, மரத்தை மறைத்தது மாமத யானை' என்று. அவனது குலதெய்வத்தை நம்மால் யூகிக்க இயலாது. எந்தப் புற்றில் எந்தப் பாம்போ?

கனகன் பூக்குவியலை ஒதுக்கிக் கொடுக்க, பூக்கள் சின்னக் குன்றுபோல் பொலிந்தன. பூச்சொரிவது எப்படி என்று, சமீப காலத் தொலைக்காட்சிச் சானல்களில் மணல்வாரியப்பன் கண்டிருப்பான். கனகன் ஏதோவோர் அனுபூதியிலும்

பனங்கருக்கன் கடுப்புடனும் நின்றனர்.

காற்றில் டென்னஸி விஸ்கியின், இளநீரின், முல்லை மலர்களின், பஞ்சாமிர்த வாசனை, பனம் பழத்தின் தூர் ஒத்த மணல்வாரியப்பன் மார்பு மயிரிலும் பெருத்த வயிற்றிலும் கூட முல்லை மலர் உதிரிகள் தங்கிக்கிடந்தன எனில், சுந்தரஸ்ரீ தோற்றம் பாடக் கம்பன் வரவேண்டும்.

அப்பனின் கண்கள் போதை வயப்பட்டிருந்தன. வள்ளுவர் சொன்னார் நினைத்தாலே ஏறுகிற போதை கள்ளுக்கு இல்லை, காமத்துக்கு உண்டு என. அப்பனோ ஏற்கெனவே அருவி ஒழுக்கில் வாய்வைத்து குவார்ட்டருக்கு குறையாமல் மாந்தி இருந்தார். அரூபியான கனகனுக்கே சுவாசித்த போதைக் காற்றினால் கண்கள் சிவக்கத் துவங்கி இருந்தன. காவலேயானா லும் கனகனும் ஒரு ஆண்தானே! காமத்தால் அவன் கண்களும் சிவந்து ஆவியுடல் தீப்பிடித்து எரிவது போலிருந்தது.

பனங்கருக்கன் நிலையோ சொல்லத் தரமன்று. ஏவலுக்கு எவர் நீலப்படம் போட்டுக் காட்டி இருப்பார்கள்? நீலப்படங் களை ஒத்த காதல் காட்சிகளும் குத்துப்பாட்டுகளும் ஐட்டம் ஆட்டங்களும் கொண்ட சினிமாக்கள் காணவும் போக்கில்லை.

வந்த வேலையை மறந்து, கையும் காலும் ஓடாமல் தெய்வச்சிலைபோல் நின்றான் பனங்கருக்கன். மனம் காட்சிகளில் படிந்துகிடந்தது. கனகனைப் பார்த்துக் கடைக்கண் காட்டினான் மணல்வாரியப்பன். வெளியே போய்க் காத்திரு என்று அதற்குப் பொருள் போலும்.

மணல்வாரியப்பன் ஊட்டு எடுக்கத் தயாராகிறான் என்று பலகாலம் காவல் தொழில் செய்யும் ஏவல் கனகன் அறிய மாட்டானா? கதவை நோக்கி நடந்தான். 'இது தக்க தருணம் அம்மா' என்ற கர்னாடக இசைக் கீர்த்தனையொன்று ஓடியது பனங்கருக்கன் மனத்தில். கனகன் இல்லையால் கவலையும் இல்லை. எந்தக் கோணத்தில், உடலில் எந்த பாகத்தில் இறங்குவது என்று கருக்கன் யோசித்தான். வக்கிரமான சிந்தனை ஒன்றும் அவன் மனதில் குறுக்கு வெட்டியது.

பனங்கருக்கனின் சீர்த்த நாசியில் வேற்று மாந்த வாடைகள் வந்து உரசின. சுந்தரஸ்ரீ அம்மனின் நிர்மால்ய தரிசனம் காண தோட்டக்காரன், வேலைக்காரன், காவல்காரன், சமையல்காரன், வாகனஓட்டி வந்துவிட்டார்களோ என்று பாதி மூடியிருந்த அறைக்கதவை நோக்கினான். பாதி மூடியது என்றால் பாதி திறந்திருந்தது என்பதுதானே!

கனகன் காலாற சற்று நடந்து வரலாம் என்று போயிருப்பான். கருக்கனின் மூக்கு உணர்ந்த மனித வாடைக்குக் காரணம் இன்னாள் மாமன்ற உறுப்பினரின் வேலைக்காரர்கள் அல்ல என்பதைச் சுழன்ற கருக்கனின் கண்கள் கண்டன. முந்திக் கொண்டு, தோளில் ஏற்றிய படப்பிடிப்புக் கருவியுடன் ஒருவர் நின்றிருந்தார். மற்றொருவர் கையில் பிடித்த ஒலிவாங்கியுடன். ஒலிவாங்கியில் அவர் வேலை பார்க்கும் சானலின் பெயர் இருந்தது. அதைச் சொல்ல இந்தக் கதாசிரியனுக்குத் தைரியம் இல்லை. நாட்டில் பேய் போல் அலையும் இருபது முப்பது சானல்களில் ஏதேனும் ஒன்றின் பெயரை நீங்கள் தீர்மானித்துக் கொள்ளலாம்.

நடப்பது என்ன என்று அனுமானிக்கப் பனங்கருக்கனுக்கு மேலும் சில கணங்கள் ஆயின. தோட்ட பங்களாவின் பணியாளர்கள் எவரேனும் துப்புக் கொடுத்திருக்கலாம். அல்லது அறத்தின் கையொன்று செயல்படலாம். கோணங்கள் மாற்றி மாற்றி, படப்பிடிப்புக் கருவி சுட்டுத் தள்ளிக்கொண்டிருந்தது. மணல் வாரியப்பனும் அந்த சந்தர்ப்பத்தில் அவசரமாக ஆடை களைந்து திசைகளையே ஆடையாக அணிந்து நின்றிருந்தான். நெற்றியில் பட்டை விபூதியும், அம்மன் குங்குமமும், கழுத்தில் 24 பவுன் வேங்கை நகச் சங்கிலியும், கையில் 16 பவுன் பிரேஸ்லெட்டும் மாத்திரம் உடம்பில் இருந்தன.

மந்திரவாதி மூலம் ஏகச் செலவு செய்து பட்டைச்சாமி அனுப்பிய ஏவலான பனங்கருக்கன் செய்யவேண்டிய வேலையை, நிர்மூலத்தை, தொலைக்காட்சிச் சானல் இன்னும் முப்பது நிமிடங்களில் செய்துவிடும். இனியென்ன வெட்டி வேலை என்று வெளியே இறங்கிக் காற்றில் கரைந்தது ஏவல். கனகனை எங்கும் காணோம். அவனும் வாழ்க்கை வெறுத்துப்போய் தலைமைச் செயலகம் திரும்பிவிட்டானோ என்னவோ? சானல்காரர்கள் அத்துடன் முடித்துக்கொள்வார்களோ அல்லது காட்சி முடிவது வரை காத்திருப்பார்களோ என்பது பனங்கருக்கனின் அங்க லாய்ப்பு.

ஆனந்தவிகடன், மே 2017

மயிரே மாத்திரம்!

திருவனந்தபுரம் மாநகரின் வடக்கே, கேசவதாசபுரத்தில் சாலை இரண்டாகப் பிரியும். இடப்பக்கம் போனால் கொல்லம். வலப்பக்கம் கொட்டாரக்கரா என்று சொல்லி அனுப்பினார்கள். உண்மையில், கேசவதாசபுரம் சந்திப்பு, அவர்கள் கோயம்புத் தூரில் இருந்து வந்த வழிதான்.

இரவு உணவுக்குப் பிறகே புறப்பட்டார்கள். அலுவலகத் தின் அம்பாசடர் கார். அன்று இந்தியச் சாலைகளில் பல்வகை வெளிநாட்டு சொகுசுக் கார்கள் பறந்திருக்கவில்லை. அம்பாசடர், ஃபியட், பிரிமியர், ஸ்டான்டர்ட் என்ற சில வகைதான். நூறு நாட்கள் ஓடும் சினிமாப் படங்களில் நடிப்பவர் மட்டுமே ப்யூக், பாண்டியாக், செவர்லட், பிளிமத் போன்ற வண்டிகள் வைத்திருந்தனர். இன்று மேலது கீழாய்ப் புரண்டுகிடக்கிறது எங்கணும். தாலுகா அலுவலக எழுத்தராக இருந்து கறங்கி அடித்த காற்றில் சுயேச்சை எம்.எல்.ஏ. ஆகி, ஐந்து வருடம் சட்டமன்றம் போனவன் எல்லாம் முன்னூறு கோடியும் இரண்டு பங்களாவும் மூன்று வெளிநாட்டுக்கார்களுமாய் உலாப் போகிறார்கள். தோற்றுப்போன ஆளுங்கட்சி வேட்பாளர்கூட, வாரியத் தலைவராகி வளமாக இருக்கிறார். அவர்கள் அக வாழ்க்கை பற்றி அதிகம் பேசாமல் இருப்பது நல்லது. மக்களாட்சித் தத்துவத்தின் மகத்துவம் அது. எங்கோ வாசித்த நினைவு, முக்கிய கட்சித் தலைவரின் வாரிசு ஒருவர் 27 வெளிநாட்டுக் கார்கள் வைத்திருக்கிறாராம்.

அந்த அம்பாசடர் பதினைந்து ஆண்டு காலமாக அலுவலக சேவையில் இருந்தது. பெட்ரோல் மாடல் தான். டிரைவர் பாலக்காடு மாவட்டத்தின் நெம்மாற ஊரைச்சேர்ந்த கோபாலன். கால் நூற்றாண்டு கம்பனி சேவை.

அலுவலக மேலாளர் சுகுமாரனின் கேபின் மேசையில் இரண்டு தொலைபேசிகள் உண்டு. ஒன்று நேரடி லைன். மற்றொன்று ரிசப்சனிஸ்ட் மூலமாக அழைப்பு அனுப்பப்படும் எக்ஸ்டென்சன். பம்பாய்த் தலைமை அலுவலகத்தில் இருந்து

தலைமைப் பொது மேலாளர் CGM - காலை பதினோரு மணி வாக்கில் தொலைபேசியில் அழைத்தார்.

விற்பனையும் சர்வீசும் மட்டும் பார்க்கும் சிறிய கிளை அலுவலகம் அது. மார்வாடி நிறுவனம். மேலாளர், துணை மேலாளர், இரண்டு விற்பனைப் பொறியாளர்கள், அக்கவுண்ட்ஸ் ஆபீசர் ஒருத்தி, அவருக்கு இரண்டு உதவியாளர்கள், இரண்டு ஸ்டெனோ டைப்பிஸ்ட் பெண்கள், இரண்டு எரக்டர்ஸ், ரிசப்சனிஸ்ட், இரண்டு கடைநிலை ஊழியர்கள், ஸ்டோர் கீப்பர், 1பிட்டர், ஸ்டோர்ஸ் உதவியாளர், வாட்ச்மேன், டிரைவர், ஆணும் பெண்ணுமாய்ப் பத்தொன்பது.

வாடகைக் கட்டிடம்தான். மார்வாடி முதலாளிகளுக்கு அது போதும். தலைமைப் பொது மேலாளர் பாலக்காட்டுக்காரர். துல்லியமாகச் சொன்னால் நூரணி பத்மநாபன் மாதவன். NPM என்பார்கள் அலுவலகத்தில். மலையாளமும் தமிழுமாகப் பேசுவார். ஒருவிதத்தில் அந்த அலுவலகமே அப்படித்தான் பேசியது. இன்று மார்க்கெட்டிங் உத்திகளைக் கையாளும் நவீனர்களுடன் ஒப்பிட்டால், சிஜிஎம் 'ஆயிரம் ராமன் நின் கேள் ஆவரோ தெரியின் அம்மா' என்று வியத்தலுக்கு உரியவர்.

திங்கட் கிழமை, மாதத்தின் முதல் வாரம். ஒரு தனியார் நிறுவனம் இயங்கும் காலைச் சுறுசுறுப்பைக் குறுக்குவெட்டி, தொலைபேசியின் டைரக்ட் லைன் மணியடித்தது. அந்த லைனில் பெரும்பாலும் தலைமை அலுவலகம், பிற கிளை அலுவலகங்கள், முக்கியமான வாடிக்கையாளர்கள், மூத்த அதிகாரிகள், முதலாளிகள், சொந்தக் குடும்பத்தினர், உற்ற நண்பர்கள் மட்டுமே அழைப்பார்கள். அன்றெல்லாம் STD கால்கள் வரும்போது அழைப்பு மணி நீண்டு ஒலிக்கும்.

பெரும்பாலும் இந்த நேரத்தில், அந்த வாரத்தில் தலைமை அலுவலகத்துக்கு எத்தனை நிதி அனுப்ப இருக்கிறோம் என்று கேட்டு போன் வரும். 'ஹலோ' சொன்னவுடன், லைனில் வந்த குரல் சி.ஜி.எம்.

"சுகுமாரா! எப்பிடி டா இருக்கே?"

"சார்! நமஸ்காரம்! மூட்டு வலி கொணம் உண்டா?"

"தேவலை டா... அடுத்தமுறை வரும்போள் வைத்யரைப் பார்ப்போம்... லேகியம் தீராறாச்சு... ஒரு டப்பா கூட வாங்கி அனுப்பறையா?"

"அதுக்கென்ன? தீர்ச்சையாயிட்டும்... இந்த ஆழ்ச்ச ட்வெல்வ் லாக்ஸ் அனுப்புவேன் சார்..."

"என்னடா? களிக்கிறாயா? அதெல்லாம் காணாது கேட்டயா? மெட்ராஸ்காரன் ராவ் கைய மலத்தீட்டான்... இருபதா அனுப்பப் பாருடா!"

"இருபது சாத்தியமில்லே சார்! பதினஞ்சு பாக்கிறேன்."

"சரி! பதினஞ்சு மார்க் பண்ணிக்கிறேன்... கடேசியிலே கொதவளைய அறுத்திராத... பின்னே ஒரு காரியம், பார்த்துக்கோ! திருவந்தரத்திலே தலமுடி வளர்றதுக்கு யாரோ எண்ணெ காச்சி விக்கிறாளாமே... கேட்டுட்டுண்டா?"

"ஆமா.... பத்திரத்திலே எல்லாம் பெரிசு பெரிசா படம் போட்டு விளம்பரம் போடுறாளே!"

"அதாண்டா... ரெண்டு பெண் கொச்சு பிருஷ்டம் காட்டித் திரும்பி நிக்கிறாப்பிலே... பாதம் வரைக்கும் தலைமுடி தாந்து கெடக்காப்பிலே போட்டோ போட்டுருப்பா..."

"அதுக்கு இப்போ நான் என்ன வேணும் சாரே?"

"எனக்கு ரெண்டு குப்பி எண்ண வேணும்!"

"சாருக்கு இப்ப மொட்டத் தலையிலே முடி மொளச்சு என்ன ஆகப்போறது? ரெண்டாந்தரமாட்டு பொண்ணு கெட்டதுக்கா?"

"சீ! போடா அசத்தே! நான் பொண்ணு கெட்டுனா நீ தான் காரியம் பாக்கணும் கேட்டயா? மூதேவி! பேசறான் பாரு..."

"பின்ன எந்தினாணு சாரே!"

"எனக்கில்லடா பிராந்தா... நம் எம்.டி.சாருக்கு ரெண்டு குப்பி வேணுமாம்..."

"அவுருக்கு என்னத்துக்கு?"

"அதை நீயே கேட்டுக்கோ... டைரக்ட் நம்பர் இருக் கோல்லியோ... தற்குத்தறம் பறையாத சொன்னதைக் கேளு... காரை எடுத்துக்கிட்டு திருவந்திரம் போ... ராத்திரி பொறப்பட்டா பலபலா விடியப் போயிரலாம்... ரெண்டு குப்பி வாங்கீட்டுத் திரும்பீரு... பிற்றந்நா வந்து செரிக்கு பிளைவுட் பேக்கிங் செய்து அங்காடியா சர்வீஸ்லே குடுத்துவிட்டிரு என்னா!"

"சரி சார்."

"வேற ஒண்ணு.... திருவந்திரத்துக்கு ISRD விசிட்ணு டூர் போட்டு செலவு எல்லாத்தையும் அதுல போட்டுக்கோ... தனியாக கவர்லே போட்டு என் சாங்கனுக்கு அனுப்பு என்னா!"

"சரி சார்... அப்ப ராத்திரி கெளம்புறேன். திரிச்சு வந்து

விளிக்காம்..."

"சரி டா... பைசா அனுப்பப்பட்ட காரியம் மெத்தனமா இருந்திராத... நீ திருவந்திரம் போறதுனால ஒரு காரியம் கூடச் செய்யி. பழவங்காடி பிள்ளையாருக்கு பதினோரு தேங்கா வாங்கி என் பேரச் சொல்லி வெடல் போட்டுரு என்னா? காரியம் பின்னப் பறயாம்... அதன்ற காசு எங்கிட்டே தனியா வேண்டிக் கிடணும்... சாமி காரியம்."

டிரைவர் கோபாலனைக் கூப்பிட்டான் சுகுமாரன்.

"கோபாலா! நாம ராத்திரி சாப்பாட்டுக்குப் பொறவு திருவந்திரம் போறோம்... காரியம் என்னாண்ணு போகச்சிலே சொல்லுகேன்... வேலை முடிஞ்சதுண்ணா நாளை உச்சைக்குப் பொறவு திரும்பீரலாம்..."

கோயம்புத்தூர் - திருவனந்தபுரம் உத்தேசமாக 425 கி.மீட்டர். பாலக்காடு, திருச்சூர், ஆலுவா, கொச்சி, ஆலப்புழா, கொல்லம் வழி. அன்று தங்க நாற்கரச்சாலைகள் அமைந்திருக்க வில்லை. இரவுப் பயணம் என்பதால் ஒன்பது மணி நேரத்தில் போய்விடலாம். இடையில் கோபாலேட்டன் தோதுபோல சாயா குடிக்க நிறுத்துவார். கேசவதாசபுரம் சந்திப்பு கோபாலனுக்குத் தெரியும் என்றாலும் முறி எடுத்துக் குளிக்க தம்பானூர் ரயில்வே சந்திப்பு பக்கம் போகவேண்டும்.

கோபாலன் எப்போதும் வண்டியை விரட்ட மாட்டார். இன்று தமிழ்நாட்டுச் சாலைகளில் தெற்கு நோக்கி வேக மெடுத்துப் பாயும் வெளிநாட்டுக் கார்களைக் கவனிக்கும்போது, ஏழாண்டுகள் முன்பு முள்ளிவாய்க்காலில் கொத்துக் குண்டுகளால், கெமிகல் குண்டுகளால் கொல்லப்பட்ட ஒன்றரை லட்சம் திக்கற்ற, நாதியற்ற, இந்தியாவால் காட்டிக்கொடுக்கப் பட்ட, கைவிடப்பட்ட அப்பாவி ஈழத்தமிழர்களைக் காப்பாற்ற வேகமாகப் போகிறார்களோ என்று தோன்றும்.

காலை ஐந்து மணிக்கே தம்பானூர் வந்துவிட்டனர். விடுதியில் அறை எடுத்து, சற்று நேரம் கை கால் நீட்டிப் படுத்து, எழுந்து, கடன்கள் செய்து, தம்மைப் புதுப்பித்துக்கொண்டு, ஓவர்பிரிட்ஜ் பக்கம் இருந்த பழைய ரெட்டியார் ஓட்டலில் காலை உணவு கொண்டு, அங்கேயே விசாரித்தனர்.

பாளையம், மாதவராவ் திவான் சிலை, பட்டம், கேசவ தாசபுரம். வலப்பக்கம் திரும்பியதும், வலதுபுறம் குன்றின்மேல் மகாத்மா காந்தி கல்லூரி, அடுத்த சந்திப்பு பருத்திப் பாறை, சற்றுத் தாண்டி இடது பக்கம் குன்றின்மேல் மார் இவானியஸ் கல்லூரி. முதலில் சொன்ன கல்லூரியில் இக்கதாசிரியன்

இரண்டாண்டுகள் பட்டமேற்படிப்பு வாசித்தான் என்பதுவும் பின்பு சொன்ன கல்லூரியில் நகுலன் ஆங்கிலத்துறைப் பேராசிரியராக இருந்தார் என்பதும் சொல்ல ஆசைதான். ஆனால் சிறுகதை இலக்கண வரம்பு பொழிந்துவிடும் என்பார்கள்.

மேலும் சற்றுத் தூரம் கடந்தபின், தேவி க்ஷேத்திரம் தாண்டி, வலப்பக்கம் தலை குத்தறக் கீழிறங்கியது ஒரு சாலை. அதன் மூன்றாவது திருப்பத்தின் இடதுபக்கச் சந்தினுள் இருக்கிறது எண்ணெய் காய்ச்சி விற்கும் வீடு என்றார்கள். முடுக்குக்குள் கார் போகாது. வளைந்து வளைந்து பாதாளம் நோக்கிப் பாய்ந்த சாலையும் ஒடுங்கியது. காரை நிப்பாட்டி வைத்தால் எந்த வண்டியும் தாண்டிப்போக சங்கடப்படும்.

கோபாலன் சொன்னார், "மெயின் ரோட்ல நிப்பாட்டாம் கேட்டோ! சங்ஙதி மேடிச்சிற்று முகள்ளோட்டு வந்தா மதி" என்று. வண்டியை முக்கி முனகித் திருப்பி, டாப் கியர் போட்டு, மேலேற்றி, பிரதான சாலையில் கொல்லாமா மரத்து நிழல் பார்த்து நிறுத்தினார். ஒரு சாயா குடிக்கலாமா அல்லது காரினுள் அமர்ந்து மலையாள மனோரமா வாசிக்கலாமா என்று யோசித்தார்.

இந்தக் கதை எந்த மொழியில் சொல்லப்படுகிறது என்று நீங்கள் யோசிக்கலாம். கதை தொடங்கிய கோயம்புத்தூர், கேரளத்து எல்லையில் இருந்து 25 கி.மீ.தூரத்தில் கதை நடக்கும் திருவனந்தபுரம் தமிழ்நாட்டு எல்லையில் இருந்து 40 கி.மீ. கணிசமாய் மலையாளிகள் வசிக்கும் கோயம்புத்தூரில் இருக்கும் அலுவலகம் துவங்கப்பட்ட நாளில் இருந்தே மேலாளராக இருந்தவர்கள் மலையாளிகள். ஊழியர்களில் ப்யூன்கள், வாட்ச்மேன், ஒரு ஸ்டெனோ, ஒரு சேல்ஸ் இன்ஜினியர் தவிர்த்து எல்லோருமே மலையாளிகள். கதை நடத்தும் மேலாளரின் தாய்மொழி என்ன, இனம் என்ன என்பது ஒரு எம்ஃபில் ஆய்வுக்குரியது. இதில் கதாசிரியன் என்ன செய்ய இயலும்?

சுகுமாரன் முடுக்குக்குள் நுழைந்தபோதே ஆள் நடமாட்டம் தெரிந்தது. தமிழ்நாட்டு சினிமாத் தியேட்டர் வாசல்போல அன்றி, நூறு அல்லது நூற்றிருபது பேர் ஒழுங்காக வரிசை காத்து நின்றனர். சாணி நிற அட்டையில், சாக்குக் கட்டியால் எழுதப்பட்டிருந்த ஆங்கிலச் சொற்றொடர் ëNO SMOKINGí அதன் கீழே மலையாளத்தில் எழுதப்பட்டிருந்த வாசகம், 'புக வலி பாடில்லா' என்பதாக இருக்கலாம். புகையும் சிகரெட் ஒன்று வரையப்பெற்று, அதன்மேல் பெருக்கல் குறியும் இடப்பட்டிருந்தது. அது எழுத வாசிக்கத் தெரியாதவர்

புரிதலுக்கு. இந்தி மட்டுமே தெரிந்தவர் வந்தால்? அது மைய அரசின் இலாக்கா!

ஓட்டுப் புரை வீடுதான். வீட்டு முற்றத்து அருவுகளில் மா, பலா, வாழை, தெங்கு. தெற்றிப் பூ என மலையாளிகளும் இட்டிலிப் பூ என்று தமிழிலும் வெட்சி என்று சங்க இலக்கியமும் பேசும் இரத்தச் சிவப்பு நிற கொண்டையுடன் பூங்கொத்துகள். துளசி மாடம் இருந்தது. இன்னொரு மூலையில் ஜாம்பக்காய் எனப்படும் புளிச்சிக்காய் காய்த்துத் தொங்கியது அடையடையாக. வீட்டு முற்றம் சுத்தமாகப் பெருக்கப்பட்டு பகவதி கோயில் பறம்பு போலக் கிடந்தது.

இலை உதிருகிறது, கூட்டித் தள்ளி மாளவில்லை என்று பெண்டாட்டி புலம்பலில் வாசலில் நின்ற வேப்ப மரங்களை வெட்டிச் சாய்த்த பக்கத்து பங்களாக்காரன் நினைவுக்கு வந்தான் சுகுமாரனக்கு. தலைமுடி உதிருகிறது என்று தலையை வெட்டுவான் போலும்! தைலம் காய்ச்சும் வீட்டு முகப்பின் இரு பக்கமும் முழுப் பனையில் பணி செய்த தூண்கள் தாங்கிய ஓட்டுச் சாய்ச்சிறக்கியின் கீழே நெடிய படிப்புரைகள். படிப்புரையின் இடது ஓரத்தில் பிரிவணைமேல் வைத்திருந்த புது மண்பானை. பானையின் வாயை மூடிய மண் தட்டின்மேல் கனகம்போலத் துலங்கிய பித்தளைத் தம்ளர்.

நூறுக்கும் மேற்பட்டோர் வரிசையில் நின்றிருந்தாலும் சின்னப் பேச்சரவம் அன்றி, பெரிய டாஸ்மாக் கூக்குரல்கள் இல்லை. சுகுமாரனின் மார்க்கெட்டிங் புத்தி வேலை செய்தது. வரிசையில், கிடைக்குமா கிடைக்காதா என்ற சம்சயத்துடன் நிற்பதா, அல்லது வேறு குறுக்கு வழிகள் தேடுவதா? உலகுக்கே விஞ்ஞான பூர்வமாக ஊழல் செய்யக் கற்றுத் தந்தவன் தமிழன் என்றொரு விசாரணைக் கமிஷன் தீர்ப்பு வரி நெஞ்சில் ஆடியது.

வீட்டின் பின்பக்கம், வெண்கல உருளிகள் மூன்றில் புத்துருக்குத் தேங்காய் எண்ணெயும் பிற மூலிகைப் பொடிகளும் சேர்ந்து கொதிக்கும் ஆவியின் மணம் சுற்று வட்டாரத்தில் அளாவியது. சற்று நேரத்தில், வீட்டுப் படிப்புரையில் பதினான்கும் பன்னிரண்டும் சொல்லத்தக்க இரண்டு பெண் கிடாவுகள் வந்துநின்றனர். நாட்டியப் பேரொளிகள் லலிதா, பத்மினி போல செழிப்பான உடல்வாகு, வட்ட வசீகர முகவெட்டு. பாவாடையும் அதன்மேல் இடுப்புச் சதை தெரியாத வண்ணம் நீண்ட மேற்சட்டையும். தலைமுடி, மிக ஆச்சரியப் படும்படி, பாதங்கள்வரை நீண்டு தழைந்திருந்தன. அளகபாரம் என்பார்கள் தமிழின் வரலாற்று நூலாசிரியர்கள். 'தாள் தொடு தடக்கை' என்று கம்பன் கைகளின் நீளத்தைச் சொன்னது

அறிவோம். இது தாள்தொடும் கருங்கூந்தல்.

குளித்துத் தலைசீவிப் பொட்டும் தொட்டு, சந்தனக் கீற்று வரைந்து, கண்களுக்கு மை எழுதி, தலைமுடியைப் பின்னாமல், காதோரம் இருந்து எடுத்த மயிரிழைகளால் குறுக்கே முடிந்து, கருநிற அருவி போலும்... கருமயில் தோகை போலும்... கார்முகில் பொழிவு போலும்...

வரிசையில் காத்துநின்ற கூட்டம் சிலாகிப்பில் வாய் பிளந்தது. அரையில் சரிகை முண்டும் தோளில் சரிகை நேரியதும் அணிந்த தறவாட்டு அம்மூம்மை ஒருத்தி சொன்னாள் - "அகத்தோட்டு போயின் மக்களே! கண்பேறு படும்... அம்மை யிடத்துச் செந்நு, திருஷ்டி சுற்றிப் போடான் பறயின்..." என்று. மெய்தான். எந்தக் கண் என்னவென்று யாரறிவார்? நாய்க்கண்ணு, நரிக்கண்ணு, பேய்க்கண்ணு, பிசாசுக்கண்ணு, முண்டக்கண்ணு, கொள்ளிக்கண்ணு...

வரிசையில் நிற்காமல், வரிசையில் நிற்போருக்குத் துணையாக வந்திருந்த சிலர், ஆண்களும் பெண்களுமாய் பலா மர நிழலில் நின்றிருந்தனர்.

"திவசம் முந்நூறு குப்பியே காய்ச்சான் சாதிக்கும்... இந்நு தீர்ந்நால் பின்னே நாளத் தன்னே! சிலப்போ ரெண்டு குப்பி, சிலப்போ ஒற்றக் குப்பியே கிட்டத்தொள்ளு..." என்றாள் ஒரு மூத்த அம்மச்சி. அது வேறா, எனத் தோன்றியது சுகுமாரனுக்கு. வரிசையை ஒழுங்குபடுத்த ஒரு போலீஸ்காரன் நின்றிருந்தார். கையில் லத்தியை ஆட்டிக்கொண்டிருந்தார். அவருக்கு வீட்டினுள் இருந்து ஒரு கிளாஸ் சாயா வந்தது.

மாமரத்து மூட்டில் ஒதுங்கிக்கிடந்த கசேரியில் அமர்ந்து போலீஸ் அங்கத்தை சாயா குடித்தார். மெதுவாக நகர்ந்து சுகுமாரன் அவர் அருகில் போனான். தெறிந்த மலையாளத்தில் சம்சாரிக்கத் தொடங்கினான்.

"சேட்டா க்ஷமிக்கணும்... கோயம்புத்தூர்லேந்து ராவில வந்ததாணு... ஒடன்தன்னே திரிச்சும் போணும்... திறுதியுண்டு... எங்ஙனயாயிலும் ரெண்டு குப்பி சங்கடிப்பிச்சுத் தரணும்..."

போலீஸ்காரர் சற்று கூட்டத்தைப் பார்த்தார். "எந்தாடா பறஞ்ஞு பெலயாடி மோனே" என்று தெறி விளிச்சு, அடிக்கக் கையோங்கவில்லை. அஃதோர் நல்ல சகுனம் என்றது சேல்ஸ்மேன் அனுபவம். கேரளத்தில் வரிசை தாண்டுவது என்பதோ, வெளிப்படையாகக் கைக்கூலி கொடுப்பது என்பதோ சாத்தியமில்லை. தமிழ்நாடு என்றால் எல்லாமே வெளிப்படை.

'ஓம்மாண அம்மாச்சா நிர்வாணம்' என்று சொல்லிவிடலாம். நாளிதழ்களுக்கு அறிக்கை கொடுக்கலாம், 'நிரூபிக்க முடியுமா?' என்று பலரும் காண, அலுவலக மேசை மீதே பணக்கட்டுகளை வைக்கலாம். எவன் கேட்க இருக்கிறான்? எவன் எந்த ரோமத்தைப் பிடுங்கிவிட இயலும்?

எதிர்பாராத கணத்தில், சற்று உரத்த குரலில், எல்லோரும் கேட்கவேண்டும் என்ற உள்நோக்கத்தோடு போலீஸ் சேட்டன் உரைக்கலானார்.

"பத்திரக்காரராணோ? அது மும்பே பறஞ்சாப் போரே? நிங்கட்கு இப்போ எண்ண காய்ச்சுந்நவரைக் கண்டு சம்சாரிக் கணும்... அத்தறயல்லே ஒள்ளு! வரீன்..." என்று சுகுமாரனைக் கைபற்றி, வீட்டின் சுற்றுச்சுவர் ஓரமாகப் பின்புறம் அழைத்துப் போனார். தைலம் காய்ச்சும் வீட்டு உடைமைக்காரரிடம் சொன்னார்.

"சேட்டா... இவுரு கோயமுத்தூரில் நின்னும் பிளஷர்கார் பிடிச்சு வந்நவரா... லைனில் கெடக்கான் புத்திமுட்டுண்டு... காயி மேடிச்சிட்டு ரெண்டு குப்பி கொடுக்கீன்..." என்றார்.

நூற்றைம்பது ரூபாய் வாங்கிக்கொண்டு, மாத்ரு பூமி மலையாளத் தினசரியில் சுற்றி, இரண்டு குப்பி எண்ணெய் எடுத்துக் கொடுத்தார். ஒரு பாவனைக்காக நேரம் கடத்தினார் போலீஸ்காரர். வீட்டின் பின்புறத்துப் பூவரச மரத்தடியில் நின்றாலும் வெண்கல உருளிகளின் வெக்கை உறைத்தது. சுகுமாரனுக்கும் ஒரு கிளாஸ் சாயா வந்தது. ஊதியூதிக் குடித்து முடிந்ததும் போலீஸ்காரர் தலையசைத்தார். வந்த வழியே முடுக்கில் மெல்ல நடந்தனர். முன்னால் நடந்த போலீஸ்காரர், பாதிவழியில் திரும்பி நின்று, "நூறு ருப்பியா தா" என்றார். சத்தமின்றி எடுத்துக் கொடுத்தான். "வளர நந்நி" சொல்லி, அவர் மரத்து மூட்டுக்கும் அவன் சந்துக்கும் நடந்தனர். இரு கைகளிலும் எண்ணெய்க் குப்பிகளுடன் பிரதான சாலைக்கு ஏறி, காரையும் கோபாலனையும் தேடினான்.

மறுபடியும் தம்பானூர், ஓட்டல் ரூமைக் காலி செய்து, ஒரு பீரும் குடித்து, காரைக் கிளப்பும்போது உச்சிக்காலப் பூசைக்கு ஏதோ ஒரு கோயிலில் மணி அடித்தது.

"உச்சைக்கு ஊணு?" என்றான் கோபாலனிடம் சுகுமாரன்.

"கொல்லம் சின்னக்கடைத் தெருவுக்குப் போயிரலாம்... நல்ல செவப்புச் சம்பா அரிசிச் சோறு... மத்தி மீன்கொளம்பு... கரிமீன் பொள்ளிச்சது... சம்மதிச்சோ?" என்றார் கோபா லேட்டன்.

“நல்ல தென்னங்கள்ளும் கிட்டியாக் கொள்ளாம்” என்றான்.

அலுவலக வேலைகள் வழக்கம்போல் நாட்களைக் கவர்ந்து சென்றன. இரண்டு கிழமைகள் சென்றிருக்கும். ஒரு நாள் பிற்பகல் நான்கு மணிக்கு CGM போன் வந்தது. சற்று உற்சாகமான மனநிலையில் இருந்தார். வேடிக்கைக்காகக் கேட்டான் - “சார்! எம்டி சந்தோஷமாணோ?”

“எதுக்குடா கேக்குறாய்?”

“மற்ற முடி வளரப்பட்ட எண்ணெ பெரட்டி நல்ல குணமுண்டோ சாரே?”

அவர் கூவிச் சொன்னார். “டேய்... ஒனக்கொரு காரியம் தெரியுமா? அது எம்டி சம்சாரத்துக்கு இல்ல பாத்துக்கோ!”

“பின்னே?” என்றான் திகைத்து. மனதோ, வல்ல செக்ரட்டரிப் பெண்ணுனாயிட்டு இரிக்கும்’ என்றது.

“அவுனுக்குத் தான் டா!” என்றார் சிஜிஎம்.

“சார், என்ன சொல்லுகியோ? அவரு தலையிலே ஊருப்பட்ட மயிரு இருக்கயில்லா செய்யி?” என்றான்.

“அங்க இல்லடா!”

“சாரே!” என்று கத்தினான் சுகுமாரன், திகைத்துப் போய்.

“பொறுடா... பொறு... வெப்ராளப் படாதே! நெஞ்சிலே தடவதுக்குத்தான்... இல்லாம நீ நெனைக்கப்பட்ட எடத்திலே தேய்க்கதுக்கு இல்லே... நெஞ்சிலேதான் அவருக்கு ரோமமே இல்லியாம்...”

சந்தித்து உறவாடும் பெண்கள் பள்ளியறையில், தோள்மேல் சாய்ந்து விரல்விட்டு அளைய நெஞ்சிலும் கொஞ்சம் முடி வேண்டும்தான் என்று தோன்றியது சுகுமாரனுக்கு.

உயிர்எழுத்து, ஜூலை 2017

சிவனணைந்த பெருமாளின் சிக்கல்கள்

நகருக்குப் பன்னிரண்டு கல் வெளியே இருந்தது அந்த வீடு. கிழமைக்கு இரண்டு மூன்று நாட்கள் சின்னஞ்சிறு வேலைகள் ஏற்படுத்திக்கொண்டு நகருக்குப் போவார். அந்த வேலைகளை அவர் குடியிருக்கும் புறநகர்ப் பகுதியிலேயே செய்யலாம். கொஞ்சம் புதிய காற்று, புதிய முகங்கள், புதுப்புது அனுபவங்கள். பணி ஓய்வு பெற்றுவிட்டார். பணி என்ன பெரிய பணி, லஞ்சம் வாங்க வாய்ப்பே இல்லாத தபால் நிலைய எழுத்தர் பணி. சக ஊழியர் பலரின் மனக்குறை அவர் அறிவார். ஆங்கு ஒரு கல்லை அம்மன் சிலையாக வடிக்கிறான் சிற்பி. இன்னொரு கல் கோயில் வாசற்படியாகக் கிடக்கிறது. பஞ்சப்படி, பயணப்படி போல இலஞ்சம் வாங்க இயலாத் துறை உழியருக்கு லஞ்சப்படி வழங்கலாம் அரசாங்கம்.

வீட்டுக்குள் அடைந்து கிடப்பதன் மூச்சு முட்டலில் இருந்து தப்பித்தலே இந்த நகர்வலம். அவருக்கு பெரிய வாசிப்புப் பழக்கம் இல்லை. தினசரிகள், வாராந்தரிகள் வாங்குவதில்லை. பாட்டுக் கேட்பது என்பது பேருந்துப் பயணத்தின் போது கேட்கும் திரை இசைப் புண்மொழிப் பாடல்களே. எந்த மெகா தொடரிலும் அவருக்கு ஈடுபாடு இல்லை. சொல்லப்போனால் ஒருவகை கேஸ் சிலிண்டர் வாழ்க்கை.

நகருக்குப் போக வர அதிக பட்சம் பயணக்கட்டணம் முப்பத்தி நான்கு பணம். குறைந்தபட்சம் பதினாறு பணம். அஃதெப்படி என்று அரசாங்கத்தையே கேட்க வேண்டும். அதிகக் கட்டணப் பேருந்துகள், எல்லா நிறுத்தங்களிலும் நிற்கும், நிற்கத் தேவையில்லாத இடங்களிலும் நிற்கும், லொடக்கு தாள் தள சொகுசுப் பேருந்து. குறைந்த கட்டணப் பேருந்துகள் வெறும் லொடக்குப் பேருந்து. பேருந்தின் முன்கண்ணாடியில் சாதாரணக் கட்டணம், விரைவுப் பேருந்து, சொகுசுப் பேருந்து என்று வெள்ளைத் தாளில் அச்சிட்டு ஒட்டி இருப்பார்கள். அரசாங்கங்கள் தமது சொந்தக் குடிமக்களையே வஞ்சிப்பது என்றும், வஞ்சித்த காசை அதிகார இனம் தத்தம் வீடுகளுக்கு

வாரிக்கொண்டு போவது என்றும் தீர்மானித்து எழுபது ஆண்டுகள் ஆகிவிட்டன. நீதிச்சாலைகள் இல்லையா தட்டிக் கேட்க என்றால் தேசப் பிதாக்கள் தத்தம் குஞ்சாமணிகளை ஆட்டிக்கொண்டு நடந்த பிள்ளைப் பிராயத்து வழக்குகளே இலட்சக்கணக்கில் இன்னும் நிலுவையில் உண்டு. பிறகு என்னதான் வழி? சும்மா இருப்பதே ஆரோக்கியத்துக்கு நல்லது என்பதைப் பழம்பெரும் பாரத நாட்டுக் குடிமக்கள் அறிவார்கள்.

பயணக் கட்டணம் மட்டும்தான் செலவா? சிவனணைந்த பெருமாள் தனது சிந்தனை ஓட்டத்தைக் குறுக்கு வெட்டினார். நகரின் ஓட்டல் கண்ணி ஒன்றில் அரைச்சீனி போட்டு ஸ்ட்ராங் காப்பியொன்று பருக வேண்டும். ஏன் பாதிச் சர்க்கரை என்பீர்கள்! நியாயமாக இனிப்பே விலக்கப்படவேண்டும், மருத்துவ ஆலோசனைப்படி. புகைக்காதே என்றால் கேட்கிறார் களா, குடிக்காதே என்றால் கேட்கிறார்களா, லஞ்சம் கொடுக்காதே வாங்காதே என்றால் கேட்கிறார்களா? அரைச்சீனி என்பது அவர் தமக்குத் தாமே வழங்கிக்கொள்ளும் சலுகை. பேலியோ டயட்காரர்கள் மொழியில் சொன்னால் சீட்டிங்.

ஜிஎஸ்டி வந்து இந்தியர்களைக் கடைத்தேற்ற முயன்ற முதல் நாள். ஜிஎஸ்டி வந்தவுடன் தானே விலைகள் சரிந்து போகும் என்றார்கள். முந்திய தினம் இருப்பத்தேழு ரூபாயாக இருந்த காப்பி, முதல் தினமே முப்பது ரூபாயாகிவிட்டது. சிவனணைந்த பெருமானுக்கு சலிப்பாகிவிட்டது. அவரது ஒரு நகர்வலச் செலவு 64 என்பது 67 ஆகிப்போயிற்று. என்ன செய்ய? ஆனால் நல்ல காப்பியும் குடிக்கவேண்டியது உள்ளதே! வாரம் மூன்று நகர்வலம் கணக்கு அவருக்கு. வேறு எந்தக் கேணையனும் ஒரு காப்பி குடிக்க அறுபத்தேழு ரூபாயும் இரண்டு மூன்று மணி நேரமும் தொலைப்பானா?

பெரும்பாலும் அவர் நகர்வலம் காலை பதினொன்றுக்குத் துவங்கி, மதியம் இரண்டுக்குள் முடிவுபெறும். அஃதென்ன கணக்கு, இராகு காலம், எமகண்டம், குளிகை சமாச்சாரமா? இல்லை. அந்த நேரங்களில்தான் கூட்டம் இல்லாத பேருந்தில், இருவர் அமரும் இருக்கையில் ஒருவராக அமர்ந்து செல்ல இயலும். மற்ற நேரங்களில் மாணவர் கூட்டம், அலவலகம் செல்வோர், கடைச் சிப்பந்திகள் கூட்டம் இருக்கும். அவர் பயணம் செய்யும் பாதையில், ஒடைப்பாலம் அருகில் மதுச்சாலை ஒன்றுண்டு. அவர்கள் கடை திறப்பு நடுப்பகல் என்பதால், பதினொன்றரை தாண்டிவிட்டால் அந்த மார்க்கத்தில் வரும் அனைத்துப் பேருந்துகளிலும் பத்துப் பன்னிரண்டு பேர், மூத்த குடிமகன்கள் இருப்பார்கள். எவர் ஆண்டாலும் மதுபானம்

வருவது ஆளுங்கட்சி - எதிர்க்கட்சி - உதிரிக்கட்சி முதலாளி களின் கூட்டுத் தாபனங்களில் இருந்துதான். மூத்த குடிமகன் களில் உடல்மொழி, உடல் மணம் தவிர்க்க, நமது கதாநாயகர் சற்ற முன்பாகவே பேருந்து பிடித்துவிடுவார்.

சில தவிர்க்க முடியாத நாட்களில் கொஞ்சம் இளம்பசி எடுத்தாலோ, இரத்தத்தில் சர்க்கரை பாதாளத்துக்குப் பாய்ந்து விடும் எனும் தன்னப்பயம் காரணமாகவோ அல்லது போன வேலை முடிய நேரமாகும் என்பதாலோ, அவர் வழக்கமாகக் காப்பி குடிக்கும் அதே ஓட்டலில் ஒரு சாம்பார் சாதம், ஒரு அரைச்சீனி ஸ்ட்ராங் காப்பி. என்ன வேலை இருந்தாலும், மதிய உணவுக்கு வீடு சேர வாய்க்காது என்றாலும் மீல்ஸ் டிக்கெட் வாங்கி, கூட்டு, பொரியல், ஊறுகாய், அப்பளம், பருப்பு, சாம்பார், மோர்க்குழம்பு அல்லது புளிக்குழம்பு, ரசம், மோர், இனிப்புக் கஞ்சிபோல் ஒரு கிண்ணம் பாயாசம் என ஒப்புக்கொடுப்பது அவர்க்கு வழக்கம் இல்லை.

அவரது தேர்வு, என்றுமே, ஒரு சாம்பார் சாதம், ஒரு காப்பி ஜி.எஸ்.டிக்குப் பிறகு இரண்டின் விலை எண்பத்து மூன்று ரூபாய். காசைப் பார்த்தால் முடியுமா? சம்பவ தினத்தன்று, நகர்மன்ற மூத்திரப்புரையில் ஒன்றுக்குப் போக அவர் சீசன் டிக்கட் வைத்திருந்த படியால், சீசன் டிக்கெட்டுடன் ஆதார் எண்ணை இணைக்க வேண்டியதிருந்தது. நல்ல நோக்கம்தான். தீவிரவாதி கள், குண்டு வெடிப்புக்கு முன்பு, மூத்திரம் பெய்ய வந்தால் பிடித்து விடலாம். வரிசையில் காத்து நின்றதில் நேரம் நீண்டு விட்டது. மேலும் அன்று அவருக்கு நூறடிச் சாலையில் கல்யாண் சில்க்ஸ் பக்கம் ஒரு வேலையும் இருந்தது.

வழக்கமான உணவு விடுதி. வழக்கமான இருக்கை. வழக்கமான தனது ஆர்டரை அறிவித்தார். ஏன் சாம்பார் சாதம், சாம்பார் சோறு என்று சொல்லக்கூடாது என்று தோன்றியது சிவனணைந்த பெருமாளுக்கு. சாம்பார் சாதம் என்று சொன்னால் நமக்கு வடமொழி வெறுப்பு இல்லை என்று தெரிந்து கொள்வார்கள். சாம்பார் சோறு என்றால், ஏதோ மொழித் தீவிரவாதி என்று சுட்டுக்கொன்றுவிடவும் வாய்ப்பு உண்டு. நமது நாயகருக்கு அவ்விதம் சாகப் பிரியம் இல்லை.

சாப்பிட்ட பின்பு, பில் கொண்டு வந்த ஊழியர், "சார்! எய்ட்டி ஃபோர் ருப்பீஸ்" என்றார் தூய தமிழில். எப்படியும் உயிர் தமிழுக்கும் உடல் மண்ணுக்கும் தானே!

சிவனணைந்த பெருமாள் கேட்டார், "ஏந் தம்பி! முந்தா நாள் இதே ஓட்டல்லே, இதே ஐட்டம் சாப்பிட்டேன். 83 தானே

பில் வந்தது?" என்றார்.

"இல்ல சார்! சாம்பார் சாதத்துக்கும் காப்பிக்கும் தணித்தனியா பில் போட்டுட்டாங்க சார்! அதான்!"

"எதுக்குத் தம்பி தனித்தனியா பில் போடணும்? ஆதார் எண்ணோட இணைக்கவா?"

"இல்ல சார்! தப்பா போட்டுட்டான்!"

"அவுரு தப்பாப் போட்டா, நான் எதுக்குத் தம்பி ஒரு ரூவா தண்டம் கட்டணும்?"

"அதுல்ல சார்..."

"தற்செயலா தப்பாப் போட்டாரா? இல்ல தப்பாவே போடச்சொல்லி உத்தரவா?"

வழக்கமாகவே, மேல் வலிக்காமல் வேடிக்கை பார்ப்பது தமிழனின் பொதுப் புத்தி. சாலைவிபத்தில் எவரும் அடிபட்டுக் கிடந்தால் வேடிக்கை மட்டும் பார்ப்போமே அல்லால் சிறு துரும்பும் எடுத்துப்போட மாட்டோம். சிவனணைந்த பெருமாளின் வாக்குத் தர்க்கத்தை பக்கத்து டேபிள்காரர்கள் வேடிக்கை பார்க்க ஆரம்பித்தனர். சூபர்வைசர் விரைந்து வந்தார். "சார் நீங்க 83 ரூபாய் கொடுங்க போதும். ஒரு ரூபாய் என் கையிலேருந்து கொடுத்திர்றேன்" என்றார்.

"நீங்க எதுக்கு சார் கொடுக்கணும் கைக்காசு? நீங்க என்ன பல்கலைக்கழகப் பேராசிரியரா?" என்றார் சிவனணைந்த பெருமாள். அவர் நீட்டிய நூறு ரூபாய் நோட்டும் மூன்று ரூபாய் சில்லறையும் பெற்றுக்கொண்டு, காசாளர் இருபது ரூபாய் நோட்டு ஒன்றைத் தந்தார்.

வேலையை முடித்துக்கொண்டு, நடிகர் பிரபு விளம்பரத் தில் வரும் கடை வாசலில் இருந்த பேருந்துத் தரிப்பில் நின்றார். அங்கிருந்து, அவருக்கு காந்திபுரம் வந்து, கோவைப்புதூர் செல்லும் பேருந்து ஏறவேண்டும். நாளும் கோளும் நன்றாக இருந்தால், காந்திபுரம் போக, மூன்று ரூபாய் பயணக்கட்ணம் வாங்கும் லொடக்குப் பேருந்து வரும். இல்லாவிட்டல் ஏழு ரூபாய் பயணக்கட்டணம் வசூலிக்கும் தாழ்தள சொகுசு லொடக்குப் பேருந்து வரும். அது போலவே காந்திபுரத்தில் இருந்தும் எட்டு ரூபாய் பேருந்தோ பதினேழு ரூபாய் பேருந்தோ கிடைக்கும் கோவைப் புதூருக்கு. தமிழ்க்குலம் காக்க வந்த அம்மாக்கள், தமிழனின் இனமானத் தனிப்பெரும் ஐயாக்கள் எவருக்கும் பேருந்தில் ஒரு பயணம் எக்காலத்துக்கும் வாய்த்திருக்காது.

சிவனணைந்த பெருமாள் எப்போதும் பேருந்துகளில் சரியான சில்லறை கொடுப்பது வழக்கம். பாக்கி வாங்க மறந்துபோதல், நடத்துநர் திட்டமிட்டே பாக்கி கொடுக்க மறந்து போதல், நாலணா இல்லை என்பதால் நாயே பேயே என்று வசவு வாங்குதல், அடுத்த நிறுத்தத்தில் இறக்கிவிடப்படுதல், மீறிச் சில்லறை வரவேண்டுமே என்று இறங்கும் வரை பதற்றத்தில் இருந்து மூலக்கடுப்புக்கு ஏதுவாதல் எனும் சிக்கல்களுக்கு ஆட்பட விரும்பமாட்டார். தினமும் சில்லறைத் தேவைக்கு என வீட்டில் Print on Demand Mint ஏதும் வைத்திருப்பாரோ என்று தோன்றும். வங்கிகளில் நாலு தரம் கேட்டால் ஒரு தரமாவது தந்து விடுவார்கள். மேலும் நாணயம் அடிக்கும் இயந்திரம் வைத்துக்கொள்ள அவர் மாநில அமைச்சரா, மத்திய அமைச்சரா?

அரசாங்கத்தின் தந்திரம், ஏழு ரூபாய் பேருந்து அடிக்கடியும் மூன்று ரூபாய் பேருந்து எப்போதாவதும் அனுப்புவார்கள். எப்படியும் ஏழு ரூபாய்தான் என்று, பின்புற பாக்கெட்டில் கைவிட்டு ஏழு ரூபாய்க்கான நாணயங்கள் எடுத்து வைத்துக் கொண்டார். நிழற்குடையில் அமர்ந்திருந்த பயணி ஒருவர், நிதானமாக எழுந்து பக்கலில் வந்தார்.

"சார்! அஞ்சு ரூவாச் சில்லறை தருவீங்களா? உக்கடம் போகணும். காசைத் தொலச்சிட்டேன். உக்கடத்துக்கு உறவுக் காரரு வருவாரு... அவருட்டே காசு வாங்கி மடத்துக்குளம் போகணும்" என்றார்.

சிவனணைந்த பெருமாள் வைத்திருப்பதைப்போன்று சேரமான் பெருமாள் நாயனார் காலத்து செல்போன் வைத்திருந்தார். எளிய ஆடை எனினும் அழுக்கடைந்து இல்லை. யாசகம் பெறுவோரின் மிகை மெய்ப்பாடுகள் இல்லை. யதார்த்தமான மொழி. 'முப்பது ரூபாய் கொடுத்து காப்பி குடிக்கத்தானே செய்கிறோம். அஞ்சு ரூவாயிலே என்ன ஆச்சு' என்று உள்மனது உத்தரவிட... பின் பாக்கெட்டில் கைவிட்டு, ஐந்து ரூபாய் பித்தளைத் துட்டு ஒன்று எடுத்துக்கொடுத்தார்.

"உக்கடத்துக்கு நேரா இங்கேருந்து பஸ் வருமா சார்?" என்றார் காசு வாங்கிக்கொண்டு.

"அடிக்கடி இல்லீங்க... காந்திபுரம் போயிடுங்க... அங்கேருந்து நிறைய இருக்கு..."

"ஒரே பஸ்சுண்ணா டிக்கட் குறையுமேண்ணு பார்த்தேன்"

"சொல்ல முடியாது. காத்துக் கெடக்கணும்... சரி! எதுக்கும்

இன்னொரு பத்து ரூவா வச்சுக்குங்க... காந்திபுரத்திலே மாறிப் போயிருங்க...'' என்றார் சிவனணந்த பெருமாள்.

சொந்தக் காசை, எங்கே, எப்படி, எவ்வளவு இழந்தார் என்று கேட்கத் தோன்றவில்லை. அவரவர் பாடு அவரவர்க்கு, அனுதினமும்.

காந்திபுரத்துக்கு ஒரு லொடக்கு 5-ம் நம்பர் பேருந்து வந்தது. அதில் பயணச்சீட்டு மூன்று ரூபாய்தான்.

“ஏறுங்க தம்பி! டிக்கட் நானே வாங்கீருதேன்” என்றார் சிவனணைந்தார்.

பேருந்து காலியாகவே இருந்தது. முன்பக்க வாசல் வழியாக ஏறி, சன்னலோர இருக்கை பிடித்துக்கொண்டார். அமர்ந்தபின், “ரெண்டு காந்திபுரம்” என்றார் நடத்துநரிடம், மூன்று இரண்டு ரூபாய் நாணயங்கள் கொடுத்து.

பயணச்சீட்டும் வாங்கியபின் திரும்பித் திரும்பிப் பார்த்தார் அந்த நபர் பேருந்து உள்ளே இல்லை.

தினமணி தீபாவளிமலர், 2017

உழுதுண்டு வாழ்வார்

கோயம்புத்தூர் மாநகராட்சிக்கு ஆண்டுதோறும் கட்ட வேண்டிய சொத்துவரி, குப்பைவரி, தண்ணீர் வரி கட்டுவதற்கு குனியமுத்தூர் அலவலகத்தில் நின்றுகொண்டிருந்தேன். எனக்கு முன்னால் மூன்று பேர் நின்றுகொண்டிருந்தனர். கட்டிய பிறகு, சாலை கடந்து, கோவைப்புதூர் செல்லும் பேருந்து பிடிக்க நிறுத்தத்தில் நின்றிருந்தேன். ஏற்கெனவே வரிகளைக் கட்டி இருக்கலாம். மின் கட்டணம், அலைபேசிக் கட்டணம் கட்டும் தீவிரம் நமக்கு வரி செலுத்துவதில் இருப்பதில்லை. பணம் இல்லை என்பது மட்டும் காரணம் இல்லை.

மதியம் மூன்றரை மணி இருக்கும். மேக மூட்டம் காரண மாய் வெயில் கடுமையாக இல்லை. ஆனால் பசித்தது. வீட்டுக்குப் போய்த்தான் சாப்பிட வேண்டும். நான்கு மணி ஆகிவிடும். அது வழக்கம்தான். எல்லோரும் அரசு ஊழியர்களா, அட்டவணைப் படி பசியாற? நேரமானால் சில சமயம் இரத்தத்தின் சர்க்கரை அளவு இறங்கி உடல் தளர்ந்து, வியர்த்து, மயக்கம் வரப் பார்க்கும். எப்போதும் பையில் இரண்டு சாக்லெட்டுகள் கிடப்பதால் அஞ்ச வேண்டியது இல்லை. அஞ்சுவது அஞ்சல் அறிவார் தொழில்.

எதிர்த்த சாலையில் இருந்த சி.பி.எஸ்.சி.பள்ளி நேரம் முடிந்து மாணவரும் மாணவியரும் பேருந்து நிறுத்தத்தில் வந்து நின்றனர். மதுக்கரை, நவக்கரை, எட்டிமடை, வாளையார், கா.க.சாவடி வரை போவார்களாக இருக்கும். வடக்கில் இருந்து பேருந்து வரும் திசை நோக்கி, முகங்கள் திரும்பி நின்றன. பேருந்து நிறுத்தம் தாண்டி, இடையர்பாளையம் பிரிவு.

சாதிப்பெயர் இருக்கிறது எனச்சொல்லி, தமிழ்வளர்த்த சான்றோரின் பெயரை வெட்டிக் குறைத்தார்கள். சில எடுத்துக் காட்டுகள் ம.பொ.சிவஞானம், உ.வே.சாமிநாதன், வ.உ.சிதம்பரம், நாமக்கல் இராமலிங்கம், கவிமணி தேசிக விநாயகம்... ஆனால் சாதிப் பெயர்கொண்ட ஊர்களை ஒன்றும் செய்ய இயலவில்லை. இலட்சக்கணக்கான ஆவணங்களைத் திருத்தவேண்டும்.

கோயம்புத்தூரைச் சுற்றி மட்டும் செட்டிப்பாளையம், இடையர் பாளையம், கவுண்டம்பாளையம், பெரிய நாயக்கன் பாளையம் என நாற்பது ஐம்பது இருக்கும்.

இடையர்பாளையம் சாலையில் இருந்து சில கரைவேட்டி மனிதர்கள் அரைமனதுடன் எட்டிப் பார்த்தனர். பதினைந்து இருபதுபேர் இருப்பார்கள். அறுபது வயது முதல் எண்பது வயதானவர். ஒருவேளை இளைஞர் அணியாக இருக்கலாம். கையில் சிலரிடம் கட்சிக்கொடி இருந்ததால் கட்சிக்கொடி கையில் இல்லாவிட்டால் எதோ சவ ஊர்வலம் வரப்போவதன் முன்குறி என்று எண்ணலாம். மொத்த ஊர்வலத்தினரும் கோயம்புத்தூர் பாலக்காடு நெடுஞ்சாலையின் ஓரமாகப் பரவலாக நின்றனர்.

இரண்டுபேர் குனிந்து தௌசண்ட்வாலா சரவெடிகள் இரண்டு சுருள்களை ஒருசேரக் கொளுத்தினர். செத்தாலும் பட்டாசு, வாழ்ந்தாலும் பட்டாசு நமக்கு. சாமிக்கும் பட்டாசு, சவத்துக்கும் பட்டாசு. எங்கும் கரும்புகை மண்டலம். வெடிமருந்தின் நாற்றம். செவிடர் காதையும் கிழிக்கும் பேரோசை. சாலையோர மரத்துப் பறவைகள் சில சிறகடித்தன. சாலை நாய்கள் வெருண்டோடின. சாலை வாகனங்கள் ஒதுங்கிப் போயின. எனக்கு வீட்டில் கடுகு - கறிவேப்பிலை - மிளகாய் வற்றல் தாளித்தாலே இருமல் வரும். புகையில் இருந்து தப்பிக்க, கைக்குட்டையால் மூக்கைப் பொத்திக்கொண்டேன். செவி களைப் பொத்த இயலாது. கடவுள் மூன்று கைகள் தந்திருக்க லாம் மொத்தமாய். நாவலர் நெடுஞ்செழியன் சொன்ன ரயில் பெட்டிகளின் கழிப்பிடத் தண்ணீர்க்குழாய் நினைவுக்கு வந்தது.

இரைச்சலும் புகையும் வெடிமருந்தின் காரநெடியும் ஓய்ந்தபின் திரண்டு நின்ற கூட்டத்தில் இளைஞராகத் தென்பட்ட, அறுபது - அறுபத்தைந்து மதிக்கத் தகுந்த இரண்டுபேர், லாலாக்கடை மிட்டாய்ப் பெட்டியின் மூடியைத் திறந்தனர். செக்கச் சிவந்த சிறு ஜிலேபி வளையங்கள். பேருந்து நிறுத்தத்தில் நின்றிருந்தவர்களை நெருங்கி வந்து நீட்டினார்கள். ஒருவர் கொடி பிடித்து நின்றவர்களையும் இனிப்பு வழங்கு பவரையும் புகைப்படம் எடுத்துக்கொண்டிருநத்தார். மறுநாள் இடையர்பாளையம் டைம்ஸில் வருமாயிருக்கும்.

தனியார் பேருந்து ஒன்று, காசிக் கவுண்டன் சாவடி போவது வந்து நின்றது. ஒருவர் இனிப்புப் பெட்டியைக் கொண்டு ஓடினார். பேருந்து நிறுத்தத்தில் நின்ற மாணவர் சிலர் எடுத்துக்கொண்டனர். சிலர் தலையாட்டி மறுத்தனர். அந்நியர் தரும் எதனையும் வாங்கித் தின்னலாகாது என்று அவர் வீட்டில்

அறிவுறுத்தப் பட்டிருக்கலாம்.

என் முன் பெட்டியை நீட்டினார். வேண்டாம் என்று மறுத்தேன். "சாருக்கு சுகர் போல்ருக்கு!" என்று சிரித்தார் இனிப்பு விளம்பியவர்.

என் பக்கத்தில் நின்றவர், வரி கட்டும் வரிசையில் எனக்கு முன்னால் நின்றிருந்தவர். இந்தியத் திருநாட்டின் மன்னர்களில் அவரும் ஒருவர். எழுபதுக்கும் குறைவில்லாத வயது. நல்ல வளர்த்தியும் திடகாத்திரமுமாக முற்றிய மூங்கில் போலிருந்தார். கையில் ஏதோ கல்யாண வீட்டின் பழைய தாம்பூலப்பை இருந்தது. இந்திய விவசாயிக்கு உண்டான சடைத்த முகம்.

அவர் முன் நீட்டப்பட்ட மிட்டாய்ப் பெட்டியைக் கையினால் வேண்டாம் என்று மறுத்தார். "ஐயனுக்கும் சுகரா?" என்றார் இனிப்பு வழங்கியவர். அவரைப் பார்த்தால் இரத்த அழுத்தம், நீரிழிவு இருப்பவர் போலத் தெரியவில்லை. எட்டு இட்லி தின்னும் ஆரோக்கியம் இருந்தது.

இனிப்பு வழங்கிப் பட்டாசு வெடித்து, தலைவர் வாழ்க கூச்சல் போட்ட கூட்டம் ஓய்ந்தபின், என்னிடம் கேட்டார் ஐயன்.

"இப்ப எதுக்கு ஜாங்கிரி குடுக்கிறாங்க..."

"எதுக்குக் குடுப்பானுக? கொலைக் கேசுல விடுதலை ஆனா, சொத்துக்குவிப்பு வழக்கிலே தண்டனை பெற்று வெளியே வந்தா, ஊழல் வழக்கிலே தப்பிச்சு வெளியே வந்தா..."

"அப்பிடித்தான் நெனச்சேன் தம்பி... அதை வாங்கித் திங்கதுக்கு அன்னா டிச் ஓரத்திலே காஞ்சு கெடக்கு பாருங்க, அதை எடுத்துத் திங்கலாம்..." என்றார் முகத்தை அருவருப்புக் கோலத்தில் காட்டி.

எனக்கு கோவைப்புதூர் போகும் பேருந்து வந்தது.

டிசம்பர் 2017

அவயான் பொந்து

"கன்னி மூலையிலே அவயாம் பறிச்சு பெரும் பொடையாக் கெடக்கு" என்று புறுபுறுத்தபடி வந்தார் தவசிப்பிள்ளை கண்ணுபிள்ளை. அவர் கையில் ஓல்ட் மாங்க் ரம் நிறத்தில் கட்டன் சாயா இருந்ததை சற்றே சாய்வான சூரல் நாற்காலியில், சபரிமலை ஐயப்ப சாஸ்தா அமரும் ஆசனம் போட்டு உட்கார்ந்திருந்தார் கும்பமுனி. தமிழின் மூத்த எழுத்தாளர்களில் அவர் ஒருவர் என்பது கூறியது கூறல். பிற மூத்த எழுத்தாளர்கள் இந்திரலோகப் பதவி பிறகு கிடைக்குமோ கிடைக்காதோ என்று, அவசரமாக வானோர் இருக்கை பிடிக்க, விரைந்து மேலுலகு ஏகிக் கொண்டிருக்க, கும்பமுனி நின்ற வரிசையில் நகர்ந்து அவர் மூத்த படைப்பாளி ஆகிப்போனார்.

'எப்படியும் பத்துப் பன்னிரண்டு பேர் இரங்கல் கட்டுரை எழுதுவான். நம்மளைப் பிடிக்காத பருவ இதழ்கள் தவிர்த்து, மிச்சம் பேரு அட்டையிலே படம் போடுவான். நாலஞ்சு இரங்கல் கூட்டம் நடக்கும் என்ற கற்பனையில் திளைத்து, செம்மாப்பில் இருந்த கும்பமுனியின் புரந்தரனார் பெருந்தவம் கலைந்தது. தவசிப்பிள்ளையை ஏறிட்டுப் பார்த்தார். கை நீட்டி, கட்டஞ் சாயா கிளாசை வாங்கி, லயித்து, ஒரு வாய் உறிஞ்சிக் கண்மூடிக் கிறங்கினார். தூரத்தில் இருந்து பார்த்தால், ஏதோ 117 ஆண்டுகள் மூத்த சிங்கிள் மால்ட் விஸ்கியை ஒரு பூங்கொத்தை மோந்து பார்ப்பதுபோல் மணந்து பார்த்து அனுபவித்து, துளித்துளி யாய்ப் பருகித் திளைப்பது போலிருக்கும்.

'கட்டஞ்சாயா ஆனால் என்ன, பல்லாண்டு மூத்த நாட்படு தேறல் ஆனால் என்ன, ஏகப் பெருவெளியில் எல்லாமும் ஒன்றே' என்றொரு சித்தர் மரபும் சிந்தனையைத் தறித்து ஓடியது. 'அவித்த வித்து முளையாதே தாண்டவக்கோனே' என்னும் இடைக் காட்டுச் சித்தர் அனுபவமும். தாண்டவக்கோனுக்கு, அவித்த நெல் முளைக்கும், சுட்ட பனங்கிழங்கு குருத்துவிடும், வறுத்த நிலக்கடலை இலைவிடும் தமிழ்நாட்டு அரசியல் அனுபவம் இருந்திருக்காது!

"சொன்னது காதில விழல்லியா?" என்றார் கண்ணு பிள்ளை.

"அம்மா சமாதிக்க கன்னி மூலைலா வே, அவயாம் பொந்து பறிக்கு?" என்றார் காட்டமாய் கும்பமுனி.

"நான் பிண்டத்தைச் சொன்னா, நீரு அண்டத்தைச் சொல்லுகேரு! நம்ம வீட்டுல கன்னி மூலைல அவயாம் பெரும் பொந்தா பறிச்சுப் போட்டிருக்கு..."

"ஒரு செங்கல்லுத் துண்டு வச்சுக்குச்சி அமுக்கி அடையும்வே! பெருசா சிங்களத் தீவுக்குப் பாலம் கெட்டுகமாரி பொலம்பாதேயும்!"

"அதெல்லாம் அடச்சுப் பாத்தாச்சு... பெரும் பொந்தாட் டுல்லா பறிச்சுப் போட்டிருக்கு..."

"சவம்... பின்ன கெடக்கட்டும்."

"கெடக்கட்டுமா? கொள்ளாம் சீரு! நாளைக்கு அவயாம் பொந்து வழியா மத்தவன் எவனாம் ஆதிசேடன் வம்சாவழிக் காரன் ஊந்து வருவான்" என்றார் கண்ணுபிள்ளை.

"துரியோதனன் பொஞ்சாதி பானுமதிக்கு அந்தப்புரத்திலே தக்கன் என்ற அட்ட மா நாகங்களில் ஒண்ணு நொழஞ்சதுபோல இங்க நொழஞ்சு என்ன ஆகப்போகுவே? இங்கயே நீரும் நானுமா ரெண்டு கெழட்டுப் பாம்பு போறதுக்குப் புடை இல்லாமல் கெடக்கோம்! சரி! இப்ப என்ன செய்யலாம்ங்கேரு?"

"ரெண்டு கிலோ சிமெண்டும் ரெண்டு சட்டி மணலும், கொஞ்சம் முக்கால் இஞ்சு சல்லியும் கெடச்சா குத்தி இறுக்கீரலாம்!"

"சரி, பின்னே செய்திர வேண்டியது தானே! அதுக்கும் ஸ்வச் பாரத் சர்க்கார் அனுமதி வேணுமா?"

"ரோடு நல்லாக்க சல்லி அடிச்சுப் போட்டிருக்கான். ஒரு கட்டைப் பையிலே கொஞ்சம் அள்ளிக் கொண்டாந்திரலாம்... சிமென்டு வடசேரி சந்தை மேட்டுக் கடையிலே ரெண்டு கிலோ வேண்டிக்கிடலாம். மணலுக்கு எங்க போக இப்பம்?"

"மணலுக்கா வே பஞ்சம்? மணப்பாடு, மணக்குடி, மணலூர், மணலூத்து, மணக்காடு, மணத்தேரிண்ணு ஊருகளே கெடக்கு ஒருவாடு! ஒமக்கு ரெண்டு சட்டி மணலுக்குப் புத்திமுட்டு வந்திட்டா? நம்ம பாறையாத்திலே வடக்கமாற நடந்தா ஆயிரம் லாரி அள்ளலாம் பிராமணத் தோப்பிலே!"

"நீரு காமராசர் அரசாண்ட காலத்திலேயே கெடயும்

பாட்டா... யதார்த்தவாதம் போயி பின்நவீனத்துவம் வந்தாச்சு... இப்பம் பிராமணத் தோப்பே கெடையாது! அவ்வளவும் ஆக்கிரமிச்சு தென்னையும் வாழையும் மாவும் கொல்லாமாவுமா காடாக் கெடக்கு... கெடந்த மணலு எல்லாம் லாரி லாரியா வாரீட்டுப் போயாச்சு... எம்.எல்.ஏக்கு, மந்திரிக்கு, தலைமைச் செயலாளர் வரைக்கும் பங்கு போச்சுங்கான்...”

“ஏம்வே? பார்வத்தியக்காரரு, தாசீல்தாரு எல்லாவனும் என்னத்துக்கு இருக்கானுவோ?”

“ஒண்ணும் கண்டுக்கிட மாட்டானுவோ... எம்மெல்லே, மந்திரி பெரிய ஆபீசரெல்லாம் எல போட்டுச் சாப்பிட்டு எந்திரிச்சுப்போன பொறவு, இவுனுக வழிச்சு நக்குவானுக எச்சி எலய...”

பின்னே என்னதாம் செய்யதுவே, கண்ணுவிள்ளே? ரேஷன் கடையிலே கேட்டுப் பாரும்... முன்னால எல்லாம் சிமெண்ட் குடுத்தானுவளே... விசாரிச்சுப் பாரும்...”

“அங்க மணல்லாம் தரமாட்டான்... வேணும்ணா அரிசி, கோதம்பு வாங்கி அரிச்சா பொடி கல்லு கெடைக்கும்... மணல் கெடைக்காது... ஆங்.... ஒண்ணு சொல்ல மறந்திட்டேன்... எனக்கு ஸ்மார்ட் கார்டுலே பெருச்சாளி படம் போட்டிருக்கான் பாட்டா...”

“சரியாத்தான வே போட்டிருக்கான்... அதான் அவயாம் பறிக்கு... உமக்காவது அவயான், ஒடுற ஜீவராசி... சிலருக்கு செருப்பு படம் போட்டுக் குடுத்திருக்கானாம்... வேணும் வே நமக்கு... கண்ட பயலுகளை எல்லாம் எம்மெல்லே மந்திரி ஆக்குனம் லா?”

கும்பமுனி பழைய பாழ் நினைவுகளில் மூழ்கினார். ‘மண்ணை, மலையை, மாதொரு பாகனின் சிலையை, தன்னை, தமிழை, தள்ளையை விற்றுத் திரியுமொரு கூட்டம். பெற்ற பிள்ளையைக் கூட்டிக் கொடுக்குமோர் கும்பல்.’

அவயான் எங்கு அடைத்தாலும் வேறொரு பக்கம் திறக்கும். கண்மணி குணசேகரன் அடிக்கடி சொல்வதுபோல, ‘அம்மாசி இருட்டிலே அகவான் போற எடமெல்லாம் தடம்தான்!’ நாம் இரங்கல் கட்டுரைகளை யோசனையில் வாசித்துக்கொண்டிருக்கும் வேளையில், கண்ணுபிள்ளை பெருச்சாளிப் புடைகளைப் பற்றிக் கவல்கிறார். ஏதோ இன்னும் நூறாண்டுகள் வாழக் கிடைப்பதைப்போல ‘முதிர்ந்தோர் இளமை ஒழிந்தும் எய்தார், வாழ்நாள் வகையளவு அறிஞரும்

இல்லை' என்கிறார் முப்பேர் நாகனார், நற்றிணையில். கண்ணு பிள்ளை என்னத்தக் கண்டான் என்று ஓடியது கும்பமுனி சிந்தைநதி.

"வே! கண்ணுவிள்ளை! ஒரு சொலவம் தெரியுமா?" என்றார் கும்பமுனி, சட்டென ஆராசனை வந்தவராய்.

"சொன்னாத்தாலா பாட்டா தெரியும்? நாமென்ன ஒம்மைப்போல முக்காலம் உணர்ந்த ஞானியா?" என்றார் கண்ணுபிள்ளை.

"அவனவனுக்கு ஆயிரத்தெட்டு வேலை; அவயானுக்கு மண்ணு பறிக்கப்பட்ட வேலை... கேட்டதில்லையா? அதுக்க சோலியை அது செய்யட்டும் வே! எதுக்குக் கெடந்து வெசனப் படுதேரு?"

"ஆமாமா! பாம்புக்கு வேலை கடிக்கணும். டெங்குக்கு வேலை கொல்லணும். உம்ம வேலை ஊருக் குசும்பு எழுதிக் காசாக்கணும். எனக்கு வேலை கட்டஞ் சாயா போடணும். அரசியல்வாதிக்கு வேலை அவயாம் பறிக்கதைக் காட்டிலும் அதிகம் பொந்து பறிக்கணும்."

"ஆங்... இப்பச் சொன்னேருல்லா, அது பேச்சு! இந்த பெருச்சாளி பொந்தை சல்லியும் மணலும் சிமென்டும் போட்டு அடைப்பேரு! இவன்மாரு தேசத்தையே மைலுக்கு ஒரு பொந்தா பறிச்சுத் தள்ளீட்டுருக்கான். அதை என்ன செய்வேரு?" என்றார் கும்பமுனி எகத்தாளமாக.

"நீரு சொல்லுகதும் சரிதான். இந்தப் பொந்தை அடைக்கலாம். அந்தப் பெரும் பொந்துகளை என்ன செய்ய?"

"அது பொந்து இல்லவே! பிலம்ணு ஒரு சொல்லிருக்கு தமிழ்லே! கம்ப ராமாயணத்தில பிலம் புக்கு நீங்கு படலம்ணே ஒரு படலம் இருக்கு பாத்துக்கிடும்..."

"பொந்தே அடைக்க முடியல்லே! பிலம் எப்பிடி அடைப்பேரு பாட்டா?"

"அதையும் அடைக்கலாம் வே! மருந்திருக்கு."

"அதென்ன மருந்து?"

"பொந்து தோண்டப்பட்டவன் ஆசனவாயை அடைச் சிட்டாப் போதும்."

"அது என்ன பாட்டா? தென்னை மரத்துக்கு தேள் கொட்டினா பனைமரம் பட்டுப் போகுமா?"

"அது அப்பிடித்தான் வே! ஒமக்கு சொன்னா மனசிலாகாது..."

"எல்லாம் மனசிலாகும்... ஒமக்கு குல்புர்கி போன வழிதான். நம்மளை விட்டிரும். நமக்கு அப்பம் திங்கவா, குழி எண்ணவா?"

குல்புர்கி பேச்சு எடுத்தவுடன் கும்பமுனிக்கு கட்டிமலம் எலாம் காடி மலமாக இளக ஆரம்பித்தது. 'தமிழ் எழுத்தாளனா இருக்கது எம்புட்டு பாதுகாப்பு? இங்க சினிமாவுக்கு சீன் பிடிக்கிறவன் தவிர வேற எவன் வாசிக்கான்?' என்று எண்ணினார் கும்பமுனி.

கும்பமுனி பேச்சைக் கேட்டால், பிரதம மந்திரி வேட்பாளராக நிற்க நினைப்பவனும் ஊராட்சி மன்ற உறுப்பினர் பதவியே உயர்ந்தது என்று எண்ணவும் ஆகும் என்பது கண்ணுபிள்ளையின் அனுபவ பாடம். வெயில் தாழ்ந்த பிறகு, அவர் பாட்டுக்கு, மைசூர் சருவச்சட்டியை எடுத்துக்கொண்டு, பழையாற்றங்கரை ஓரமாக நடந்து, பிராமணந் தோப்பு, இலுப்பாறு, பூனாந்தோப்பு எல்லாம் கடந்து, பருமணல் படுகை தவிர்த்து, பஞ்சசாரைப் பருவத்தில் இருந்த நெய்மணல் தேறி, சருவச்சட்டி நிறைய அள்ளி, தோள் முண்டால் தலைப்பாகை கட்டி, தலையில் சுமந்து, புற்றுக்கால் தாங்கித் தாங்கி நடந்து வந்து சேர்ந்தார்.

திருமணம் பேசப் போகும்போது, எண்ணெய்க்குடத்துடன் வாணியன் எதுப்பு வந்ததுபோல, நவீன எழுத்தாளர் தாடகைமலைத் தமிழன் எதிர்ப்பட்டது, கண்ணுபிள்ளைக்கு பப்படத்தில் கல் கடித்தாற்போல் இருந்தது. முற்றம் தாண்டி, முகப்புப் படிப்புரை ஏறும்போது, கும்பமுனி கேட்டார், "என்ன வே? நீர்மாலைக்குப் போயிட்டு வாறது போல இருக்கு?"

"அதுக்கு நீரு சாவாண்டாமா? எப்பிடியும் நாந்தான் தர்மக் கொள்ளி வைக்கணும்!"

"சட்டு புட்டுண்ணு பொணம் எடுத்திராதயும் என்னா? ஒருநாள் கெடந்தாலும் குத்தமில்லே! செலப்பம் மலர்வளையம் வைக்க முதலமைச்சர், கெவர்னர் கூட வருவா..."

"ஆமா! வருவான் டெல்லீல இருந்து. வந்து, என் தலைமேல ரெண்டு கையும் வச்சு ஆறுதல் தைவரல் செய்வான்... எனக்கு வாயிலே என்னமோ வருது... நான் ஒண்ணு கெடக்க ஒண்ணு பேசி, நமக்கு ராமச்சந்திர சத்திரபதி கெதி வந்திரப் பிடாது. சும்மா போவேரா, தமிழ் நாறும் ஊத்த வாயை வச்சுக்கிட்டு..."

கும்பமுனிக்கு சாரைப் பாம்பு ஒத்த சீற்றம் எழுந்தது.

“நீரு என்னத்த வே கண்டேரு? தமிள்ள எளுதப்பட்ட மூத்த எழுத்தாளனாக்கும் நான். நான் செத்துப்போனா சட்டசபையில எரங்கல் தீர்மானம் நிறைவேற்றுவான்...”

“ஆமா! பார்லிமென்ட் காம்பவுண்ட்லே செலயும் வைப்பான்...”

“அம்பது அறுவது பொஸ்தகம் எழுதியாச்சு பாத்துக் கிடும்!”

“முந்நூறு நானூறு எழுதுனவனும் நாட்டிலே உண்டும் பாத்துக்கிடும்...”

“வாங்காத பிரைசு இல்லே... சவம், ஒரு பத்ம விபூஷண் வாங்கீட்டுச் சாவலாம்னு பாத்தா, அதும் வருவனாங்கு...”

“ஏன்? பாரத ரத்னாவே கேளுமே! அதுக்கு நீரு ரஜினிகாந்து பாரும்... ஆசை கெடந்து அடிக்கு மனுசனுக்கு... நீரு செத்துப்போனா ஒரு பஞ்சாயத்து மெம்பர் கூட வரமாட்டான் கேட்டேரா. ஆனானப்பட்ட அற்பாயுசிலே செத்த பாரதியாருக்குக்கூட பதிமூணு பேரு வந்தாம்னு நீருதான பாட்டா கூடக்கூட சொல்லுவேரு? உம்மை ராஜாஜி ஹால் முகப்புல வச்சிருப்பான் மூணு நாளைக்கு... தூ... எனக்கு வாயிலே என்னமோ வருது... அந்தப் பையன் தாடகைமலைத் தமிழன் அப்பப்பம் வந்துக்கிட்டிருந்தான்... நீரு முற்போக்கு, பிற்போக்கு பின்நவீனத்துவம், மாய எதார்த்தம்னு பயமுறுத்தி அவனையும் வெரட்டி விட்டாச்சு... இப்பம் அவன் முகநூல்லே, உமக்கு ஏகப்பட்ட தோழிகள்ணும் ஏழெட்டுப் பேரைக் கற்பழிச்சிட்டே ருண்ணும் போஸ்டிங் போட்டுக்கிட்டுத் திரியானாம்...”

“எடு வாரியலை... கறந்த பால் முலை புகாது வே... அதை விடும்... நீரு எப்பவே பேஸ்புக்கு அக்கவுண்டு ஆரம்பிச்சேரு?”

“ஆமா! எனக்கு இதானா சோலி! எல்லாம் கடைக்கு போகச்சிலே காதுலே விழும்லா! எனக்கு என்ன பயம்ணா, கும்பமுனி யாருண்ணும் கண்ணுவிள்ளை யாருண்ணும் அடையாளம் தெரியாம எவனாம் என்னையை அடிவயத்துல குத்தி இழுத்திட்டாம்ணா...”

“சரி சரி! மொதல்ல தலைச்சுமையை எறக்கும்... வெயிலோட போயிக்கிட்டு வந்திருக்கேரு... கடுப்பங் கூட்டி ஒரு கட்டன் போட்டுக் குடியும்...”

“ஆமா.... அவயான் எதுக்கு அம்மணங்குண்டியா

ஓடுகுண்ணு பாத்தேன்! கட்டஞ் சாயா வேணும்ணா சொன்னாப் போராதா?"

உள்ளூர்க் கொத்தனாரின் கையாளாக இருந்த பரதேசியைக் கால் கை பிடித்து, இருநூறு ரூபாய் கொத்து பேசி, சிமென்ட், சல்லி, மணல் எல்லாம் கும்மாயம் சேர்த்து, அவயான் பறித்த பொந்து அடைத்த நாற்பத்தி ஓராவது நாள், அரெஸ்ட் வாரண்ட் ஒன்று வந்தது. அதை அப்படியே தருவது என்றால், அது தொல்காப்பியரும், இறையனாரும், பவணந்தி முனிவரும், நாற்கவிராச நம்பியும், தண்டியும் யாத்த சிறுகதை இலக்கணத்தின் சொல் பேச்சுக் கேளாது என்பதனால், திரண்ட கருத்தை மட்டும் நிரல்படப் பார்க்கலாம்.

'2017-ம் ஆண்டு, ஆகஸ்ட் மாதம், 15ஆம் நாள், பிற்பகல் மூன்று மணிக்கு, பழையாற்றின் வடக்குப் பகுதியில், குற்றம் சுமத்தப் பெற்றவராகிய தாங்கள், அரசு ஆணைகளுக்கும் கட்டுப்பாடுகளுக்கும் ஒப்பந்தங்களுக்கும் மாறாக, சட்டத்தையும் நீதியையும் மக்கள் நலனையும் சுற்றுச்சூழலையும் நதிகளின் புனிதத்தையும் பொருட்படுத்தாமல் புறக்கணித்து அவமதித்து, ஆதாய நோக்குடன் ஆற்று மணல் அள்ளி, அண்டை மாநில மான கேரளத்துக்கு சட்ட விரோதமாக விற்க முயன்றதாக புரட்சி எழுத்தாளர் தாடகைமலைத் தமிழன் உச்சநீதிமன்றத்துக்கு எழுதிய புகார் கடிதத்தைப் பொதுநல வழக்காக ஏற்றுக்கொண்டு, இந்த வழக்கை விசாரித்து நடவடிக்கை எடுக்க, உங்களைப் போலீஸ் காவலில் எடுத்து விசாரிக்க அனுமதி வழங்கப் பட்டிருக்கிறது.'

மேற்கண்ட பத்தியில் எழுவாய், பயனிலை, செயப்படு பொருள் எதுவும் இல்லாமல் இருந்தால் அதற்கு உச்சநீதி மன்றமே பொறுப்பாகும்.

வெள்ளிக்கிழமை பின்மாலையில் கும்பமுனியைக் கைதுசெய்து கொண்டு போனார்கள். சனி, ஞாயிறு கோர்ட் விடுமுறை. வேறு வழி இல்லாமல் மூன்று இரவுகள் டெங்குக் கொசுக்கடியில் குறுகிக் கிடந்தார் கும்பமுனி.

'நாகர்கோயில் மகளிரும் மைந்தரும் வானக் கடவுளரும் மாதவரும் கேளுங்கள். யான் அமர் மூத்த எழுத்தாளன் தன்னைத் தவறு இழைத்த கோநகர் சீறினேன், குற்றமிலேன் யான்' என்று இடது மார்பு கையால் திருகி, மணிமேடை ஜங்சன் மும்முறை வலம் வந்து, அலமந்து, மணி முலையை வட்டித்துவிடவும் எறியவும் கண்ணுபிள்ளை என்ன கண்ணகியா? கையாலாகாமல் கவிழ்ந்து கிடந்தார்.

தமிழ்நாட்டின் தலை மூத்த நாளிதழ்கள் அனைத்தும், 'ஆற்று மணல் அள்ளிக் கேரளத்துக்குக் கடத்தி, கொள்ளை லாபம் சம்பாதித்த மூத்த எழுத்தாளர் கும்பமுனி கைது' என்று தலைப்புச் செய்திகள் எழுதின. விளக்கு வைத்த பிறகு, ஆறு தொலைக்காட்சிச் சானல்களில் தி.மு.க., அ.தி.மு.க., பா.ஜ.க., காங்கிரஸ், இடதுசாரி, வலதுசாரிப் பொதுவுடைமைக் கட்சிகள், தமிழ்த் தேசிய இயக்கங்கள் இவற்றின் மக்கள் தொடர்புப் பேச்சாளர்கள் கூடி, தலையை ஆட்டியும் விரலை நீட்டியும் மேசையைத் தட்டியும் தலை மயிர் ஒதுக்கியும் சினந்தும் கனன்றும் கர்ஜித்தும் ஊளையிட்டும் மூலத்தில் மிளகாய்ப் பொடி தடவப்பட்டதுபோல் எதிர்வினை ஆற்றினார்கள்.

கும்பமுனி மதிப்புரை எழுத மறுத்த, முன்னுரை எழுத சாக்குப் போக்குச் சொன்ன, வெளியீட்டு விழாவுக்கு போகாமல் தவிர்த்த குற்றங்களுக்காகக் கோபத்தில் இருந்த படைப்பு பிரம்மாக்கள் கட்டுரை எழுதினார்கள்.

'வெள்ளாள எழுத்தாளனின் பொல்லாங்கும் புனை சுருட்டும்',

'வெறுங்குண்டி வேதாந்தி, போட்டுக்கடா சம்மணம்',

'பத்தினி எழுத்தாளன் பரதேசம் போனார்',

'ஐம்பதாண்டுகளாய் கட்டன் சாயாவுக்கு பணம் வந்த மூலம்'

என்றெல்லாம் வரைந்து தள்ளினார்கள். முகநூலில் தேவ-அசுர, கௌரவ-பாண்டவ, தி.மு.க., அ.தி.மு.க., முற்போக்கு - பிற்போக்கு யுத்தம் நடந்து கொண்டிருந்தது.

கும்பமுனிக்கு என்று குழுமம், வட்டம், மன்றம் என ஏதும் கிடையாது. இல்லாவிட்டாலும் அந்த நாறப்பய மூஞ்சிக்கு எவன் கிட்டே நெருங்குவான்? வெள்ளாள சாதி வெறி வேறு, போதாக் குறைக்கு! என்றாலும் மனது கேட்காமல், கண்ணுபிள்ளை, கும்பமுனியின் அபிமானி வீடுகளுக்கு நடையாக நடந்து, புத்தகக் காவடிகள் எடுத்து, பதினைந்து நாட்களுக்குப் பிறகு, அவருக்கு ஜாமீன் கிடைத்தது. 'தேரா சச்சா சௌதா' வழக்கை விசாரித்து, கைது நடவடிக்கை எடுக்க சி.பி.ஐ.கோர்ட்டுக்கு பதினைந்து ஆண்டுகள் தேவைப்பட்டன.

கும்பமுனி, கட்டன் சாயா கிளாசை இடதுகையில் வைத்தவாறு கண்மூடி கணக்குப் போட்டார்.

அவயான் பறித்த பொந்து அடைக்க, ஆற்றில் ஒரு சருவம் மணல் அள்ளி, கைதாகி, ஜாமீன் வாங்க ஆன செலவு

ரூ.3,60,486.00. வாழ்நாள் வைப்புநிதி வைகுந்தம் போயிற்று. இனி ஆறாண்டுகள் ஆகும், 26,612 பக்கத்தில் முதல் தகவல் அறிக்கை பெற. தனக்கு ஆங்கிலம் தெரியாது, F.I.R க்கு தமிழ் மொழி பெயர்ப்பு வேண்டும் என்று கேட்டால், அதற்கு எப்படியும் எட்டாண்டுகள். வழக்கு எப்படியும் 37 ஆண்டுகள் நடக்கும். தான் உயிர்வாழும் சாத்தியமே இல்லை எனக் கூட்டிக் கழித்தார் கும்பமுனி.

போபாலில் விஷவாயு கசிந்து 3000 பேர் இறந்து, கைகால் முடம்பட்டு, மூளை செயல்பாடு குன்றி, புற்றுநோய் வந்து அல்லல் படும் வழக்கு. இந்திரா காந்தி கொலையுண்டபோது, பாழுக்கு 3000 சீக்கியர் கொல்லப்பட்ட வழக்கு. ராஜீவ் காந்தி குண்டுவெடிப்பில் கொல்லப்பட்டு, பேட்டரி செல் வாங்கிக் கொடுத்தவனுக்கு எல்லாம் தூக்குத்தண்டனை விதிக்கப்பட்டு, அது ஆயுள் தண்டனையாகக் குறைக்கப்பட்டு, மூன்றாவது ஆயுள் தண்டனைக் காலத்தில் சிறையில் அடைபட்டுக் கிடக்கும் வழக்கு... பொதுநல வழக்குகளே மூத்துப் போகாமல் சிரஞ்சீவியாக வாழ்கின்றன.

கும்பமுனிக்கு இளக்காரச் சிரிப்பொன்று புறப்பட்டது. தனது வழக்குக்கு 45 ஆண்டுகள் சென்று தீர்ப்பு வரும்போது கழகங்கள் எல்லாம் வலுவிழந்து அன்னைத் தமிழ்நாட்டில் பி.ஜே.பி ஆட்சி நடந்து கொண்டிருக்கலாம் என்று நினைத்தார். அவர் சிந்தனையின் வழித்தடத்தில் பயணப்பட்ட பாவனையில் முற்றத்துக் கல்மீது அமர்ந்து இளமாலை வெயிலை அனுபவித்துக்கொண்டிருந்த தெண்டல், ஓந்தான், ஓதி, ஓணான், ஓந்தி, ஒடக்கான் அல்லது ஒடக்காய் ஒன்று தலையாட்டியது.

உயிர் எழுத்து, பெப்ரவரி 2018

பைரவ தரிசனம்

மஸ்கட்டில் இருந்து வந்த வாசகர் அன்பளித்துச்சென்ற ஸ்மார்ட் போனை நோண்டிக்கொண்டிருந்தார் கும்பமுனி. அப்படி எல்லாம் கொடுப்பார்களா என்று கேட்டால் என்னத்தைச் சொல்ல? 'வேணும்னா சக்கை வேரிலேயும் காய்க்கும்!' முல்லைக் கொடிக்குத் தேர் ஈந்த பாரியை வள்ளல் என்பதுதானே தமிழ் மரபு. மனதில்லாதவன் தானே அதை மடத்தனம் என்பான். மேலும் கொடை மடம் என்றும் சொல் உண்டே தமிழில்!

"விடிஞ்சா எந்திரிச்சா, இப்பம் இது ஒரு தீனமாட்டுல்லா ஆகிப்போச்சு ஓமககு! எப்பப் பாத்தாலும், நடக்கத் தொடங்கின ஆம்பிளைப் பிள்ளையோ குஞ்சாமணியைப் புடிச்சுக்கிட்டே நடக்கது மாதிரி..." என்று முனகியவாறு, கட்டஞ்சாயா கிளாசை 'டொக்'கென்று யன்னல் விளிம்பில் வைத்தார் தவசிப்பிள்ளை.

"ஓமக்கு என்னவே மூலத்துல காந்துகு?" என்று அனிச்சை யாக இடதுகையால் சாயா கிளாசை எடுக்கப் போனார் கும்பமுனி. கை தடுக்கி, 'மடார்' என விழுந்து உடைந்து, கொதிக்கும் கட்டஞ் சாயா கும்பமுனியின் கால் படத்தில் தெறித்தது.

"காலனாப் போவான்... காலு அவிஞ்சு போச்சுவே!" என்று கத்தினார்.

"கிளாசும் ஒடச்சுட்டு எங்கிட்ட எதுக்கு எரிஞ்சு விழுகேரு? பாத்து எடுக்கப்பிடாதா? அதென்ன பாட்டா, புதுப் பொண்டாட்டி மாதிரி அந்த எளவையே ராப்பகலா தடவித் தைவரல் செய்துக்கிட்டுக் கெடக்கேரு..."

கும்பமுனியிடம் பழங்காலத்துப் பாண்டம் பிடித்த ஓட்டை உடைசல் செல்போன் ஒன்றிருந்தது. கால் வந்தால் பட்டனை அழுத்தி 'அல்லோ' சொல்லிப் பேசுவார். எவரை யாவது, அபூர்வமாக, அழைக்க வேண்டும் என்றால், அழுக் கடைந்த, விளிம்பு மடங்கிய, எண்ணெய்ப் பிசுக்கு ஏறிய, பழைய

டைரி எடுத்து, எண் தேடி எடுத்து, செல்ஃபோன் பட்டன்களைக் குத்துவார். கவண்கல் எறிந்தவனிடம் ஏ.கே.47 கொடுத்ததுபோல, இப்போது கும்பமுனி கையில் ஸ்மார்ட் ஃபோன். அவர் பாடு புதுப்பாம்பைப் பயிற்றும் பிடாரன் போலிருந்தது.

"சரி! போட்டும். இதோட 639 கிளாஸ் உடைச்சாச்சு... நல்ல கடுப்பம் கூட்டி, புதுசா ஒரு சாயா போட்டுக் கொண்டாரும்" என்றார் கும்பமுனி.

"இதே தான் சோலி! வேலையத்த அரசாங்கம் கழுதைக் கணக்கெடுப்பு நடத்துன மாதிரி..." என்றொரு பஞ்ச் டயலாக் விசிவிட்டுப் போனார் தவசிப்பிள்ளை.

கால்களை மடக்கி, சற்றே சாய்வான சூரல் நாற்காலியில் தூக்கி வைத்துக்கொண்டு, கௌபீனம் அணியாத காரணத்தால், வடசேரி கைத்தறி ஒற்றை வேட்டியை ஒதுக்கி மறைத்துக் கொண்டு, கருமமே கண்ணாயிருந்தார் கும்பமுனி. திடீரென முகத்தில் ஆன்மீக தேஜசும் அருள்வெள்ளமும் பாய, குதூகலத் துடன் நிமிரவும், தவசிப்பிள்ளை கண்ணுபிள்ளை மறுபடியும் கட்டஞ்சாயாவுடன் வந்து நிற்கவும் சரியாக இருந்தது.

பெரும் பரவசத்துடன் தவசிப்பிள்ளையை ஏறிட்டுப் பார்த்தார்.

"வே! கண்ணுவிள்ளே! அப்பிடியே எனக்குப் பொறத்த வந்து நில்லும். சாயா கிளாஸ் கையிலேயே இருக்கட்டும்" என்றார்.

'எழவெடுத்த முடிவான் என்னத்துக்குச் சொல்லுகாம்ணு தெரியலையே!' என்று யோசித்தவாறு, சூரல் நாற்காலிக்குப் பின்னால் போய் நின்றார். நின்றவர், கும்பமுனி கையில் இருந்த மொபைல் போனைப் பார்த்தார். முன்னால எல்லாம் தட்டட்டிக்குப் பாவப்பட்ட சுடு செங்கலு போல இருக்கும். இப்பம் சிலேட் கெணக்க கொண்டாந்துட்டான்' என்று நினைத்தார். அப்படியே, கொதிக்கும் கட்டஞ் சாயாவைக் கும்பமுனி தலையில் கவிழ்க்கலாமா என்றும் தோன்றியது. கும்பமுனி மூத்த எழுத்தாளர். சாகாவரம் பெற்ற கவிதைகள் படைக்கிறவர். மேலும் போக சாஸ்த்திரத்திலும் கொஞ்சம் அப்பியாசம் உண்டு.

"வே! நினைச்ச மாதிரி செஞ்சிராதீரும்!" என்றார் கும்பமுனி.

"என்ன, தமிழ் சினிமா டயலாக் பேசுகேரு, செஞ்சிடு வேன்னு?" என்றார் தவசிப்பிள்ளை.

மொபைலை நோண்டிக்கொண்டிருந்த கும்பமுனி, ஏதோ ஒரு புள்ளியில் தொட்டார். ஏதோ G spot தொட்டுவிட்ட அனுபூதி இருந்தது அவர் முகத்தில். 'க்றிச்' என்று அணில் கொறிக்கும் சத்தமும் வந்தது மொபைலில்.

"இப்பம் முன்னால வாரும் வே" என்றார் கும்பமுனி.

இரண்டும் சாயா கிளாசைக் கையில் ஏந்திய சித்திரப் பதுமையாக நின்றிருந்த தவசிப்பிள்ளை, முன்னால் வந்தார். கும்பமுனி அவரிடம் மொபைல் போனைக் காட்டினார். கும்பமுனியின் பின்புறம், கையில் சாயா கிளாசுடன், வலிச்சம் காட்டுவதுபோல் முகம் வைத்துக்கொண்டு தவசிப்பிள்ளை நிற்கும் படம் மொபைலில் தெரிந்தது. பண்ணைத் தலைவர் பின்னால் நிற்கும் மொண்ணைத் தலைவர்போல.

"அட.... பாட்டா! கொள்ளாமே! ஒண்ணுமே தெரியாத பாப்பா ஓர்மையாய் போட்டாளாம் தாப்பாங்கிற கதை மாதிரியில்லா இருக்கு! போட்டோ எடுக்கப் படிச்சுக்கிட்டேரே!" என்றார் தவசிப்பிள்ளை.

"இது போட்டோ இல்லவே!"

"பின்ன?"

"செல்ஃபி"

"செல்ஃபிண்ணா?"

"அதாம் பாத்தேருல்லா!"

"ஓ! இதானா அது?"

"என்ன இதானா?"

"காலம்பற கோணவில் எஃப்எம்லே ஒரு பாட்டு வைப்பான் பாட்டா... செல்ஃபி கண்ணு உம்மா, உம்மா... செல்ஃபி கண்ணு உம்மா, உம்மா அப்டீண்ணு... அதானா இது?"

"இந்த வயசுக்கு அந்த மாதிரிப் பாட்டுத் தேவைதான் உமக்கு..."

"ஆனாலும் சரியாப் புடிச்சிட்டேரே!"

"செல்ஃபி எடுக்கணும்ணா இந்த மாதிரி ஃபோன் வேணும் வே! பேப்பர்லே படிக்கலியா நீரு? படமெடுத்த பாம்புக்கு முத்தம் குடுக்கதுபோல ஒருத்தன் செல்ஃபி எடுத்து அது அவனைப் போட்டுத் தள்ளீட்டுண்ணு போட்டிருந்தானே!"

"முத்தம் குடுக்கதை எல்லாமா செல்ஃபி எடுப்பான்?"

"நீரு ஒருத்தர்... சேரமான்பெருமாள் காலத்து ஆளு... அண்டர்வேரு கூடப் போடாம செல்ஃபி எடுத்து காதலன் காதலிக்கும், காதலி காதலனுக்கும் பரிமாறிக்கிடுதாங்களாம்..."

"ஏன்? அதுக்கு போட்டோ எதுக்கு? நேரிலே காட்னாப் போராதா?"

"போட்டோ எடுத்தா தானாவே பேஸ்புக்ல போட முடியும்?"

"அது என்னது? நீரு எழுதப்பட்ட பொஸ்தகம் போலயா?"

"அதெல்லாம் பொறவு சொல்லுகேன்... எல்லாம் ஒரேயடியாச் சொன்னா ஒமக்கு மனசிலாகாது..."

"அதும் அப்பிடியா? மொதல்ல நீரு மனசிலாக்கிக்கிடும். பெறவு எனக்குச் சொல்லும்... அது கெடக்கட்டும் பாட்டா... இப்பம் நீரு யாருகூட செல்ஃபி எடுத்து என்ன செய்யப் போறேரு?"

"உமக்குத் தெரியாது வே! பாரதப் பிரதமர் கூட செல்ஃபி எடுக்கலாம்... கவர்ச்சி நடிகை கூட எடுக்கலாம்... நாட்டுக்குப் பல விதத்திலேயும் கடும்பணியாற்றிப் பெருந்தொண்டு செய்து பத்ம விபூஷண் வாங்கிய சூப்பர் ஸ்டாரு கூட எடுக்கலாம்..."

"செத்துப்போன தலைவர் பொணத்தோட எடுக்கலாம்... கோயில் கொடைக்கு ஆராசனை வந்து ஆடப்பட்ட சொள்ள மாடன், கழுமாடன், புலமாடன், முத்துப்பட்டன், சங்கிலிப் பூதத்தான் கூட எடுக்கலாம். தெனமும் காலம்பற பேண்ட பீக்குக்கூட வேணும்னாலும் எடுக்கலாம்..."

"சே... அசிங்கம் புடிச்ச மனுசன்... என்ன பேச்சுப் பேசுகேரு? வயசுதான் ஆகு.... ரசனை கூட மாட்டங்கே வே..."

"ஆமாமா... ஒம்ம ரசனை பதினெட்டுப் பட்டிக்கும் நாட்டாமை பண்ணுது.... அது கெடக்கட்டும்.... இப்பிடிப் பதினேழு வயசுப் பிள்ளையோ மாதிரி மொபைலப் போட்டு நோண்டுகதுக்கு, உக்காந்து நாலுபக்கம் என்ன எழவாம் பின்நவீனத்துவம் கீச்சித் தள்ளப்பிடாதா பாட்டா? அகத்தியர்ட்டே இருந்து தமிழ் பெறந்தது மாதிரி அவனவன் தன்னிடம் இருந்துதான் பின்நவீனத்தும் புறப்பட்டுதுண்ணு பொலம்ப ஆரம்பிச்சாச்சு... மூணு மாசமா ஒரு செக்கும் வரல்லே, மணியார்டரும் வரல்லே.... ஆன்லைன்லே என்னவாம் துட்டு டிரான்ஸ்பர் ஆச்சுண்ணா வாயே தொறக்க மாட்டங்கேரு..." என்றார் தவசிப்பிள்ளை.

"ஓமக்கென்ன புத்திமுட்டு வந்திற்று இப்பம்? கஞ்சிக்கு சம்பாப் புழுங்கலரிசிக் குறுணை கெடக்கு... தொவையலுக்குக் காணம், பொரிகடலை, சிறுபயறு கெடக்கு... நெத்துத் தேங்கா கெடக்கு... சாயாப் பொடிக்கும் பஞ்சாரைக்கும் மட்டும் துட்டு பாக்கணும்..."

"ஓமக்கு எழுதுகதுக்கு ஏகப்பட்ட ஊருக் குசும்பு கெடக்கு பாட்டா. எனக்கொரு சம்சயம், கேக்கட்டா?"

"நீரு கடவுளைப் பாத்தாலும் காரியமாட்டு என்னமும் கேக்க மாட்டேரே! சந்தேகம் தான கேப்பேரு... கேளும்!"

"அது கடவுளு நேருலே வரப்பட்ட காலத்திலே பார்த்துக் கிடலாம்... அவுரு எந்த எழுத்தாளரோட குசினிக்காரருக்காம் காட்சி கொடுத்திருக்காரா பாட்டா? அது போட்டும்... எந்த எழுத்தாளருக்காம் காட்சி கொடுத்திருக்காரா? சொல்லுமே பாப்போம்!"

"ஏம் வே? காரைக்காலம்மைக்கு, ஞான சம்பந்தருக்கு எல்லாம் காட்சி கொடுக்கலியா?"

"வேண்டாம்... சொன்னாக் கேளும்... பொறவு என் வாயிலேருந்து என்னமாம் வந்திரும்... ஞானப்பாலு குடிச்ச பிள்ளையும் நீலகண்டனே அம்மைண்ணு கூப்பிட்ட அம்மையும் நீரும் ஒண்ணாவே? ஒம்ம யோக்கியதை கெடந்து அழுக்குக் கோமணம் போல காத்துல பறக்கது எனக்குல்லா தெரியும்!"

"சரி வே! விடும் அந்தால... கூடப்பொறந்தே கொல்லப் பட்ட ரோகம்ணு சொல்லுகது சரியாத்தான் இருக்கு..."

"சரி! கடவுளே ஓம்ம முன்னால வந்து நிண்ணா என்ன கேப்பேரு நீரு? ஒரு பாரத ரத்னா கேப்பேரா? அப்பிடி ஒரு நெனப்பிருந்தா அதுல நாய் பறிச்ச மண்ணை வாரிப் போடும்... அதெல்லாம் கடவுளாலயும் தரமுடியாது... ரஜினிகாந்தும் நீரும் ஒண்ணா பாட்டா? மத்திய மந்திரி அஞ்செட்டுப் பேரு ஒம்ம பொறத்தால அலையதுக்கு? வேணும்ணா கடவுள் கூட ஒரு செல்பி எடுத்துக்கிடலாம்..." படபடவென்று வந்தது தவிசிப் பிள்ளைக்கு.

கும்பமுனி, தனது படைப்பாளுமையின் ஞானக்கண் கொண்டு பார்த்தார். சற்றே சாய்வான சூரல் நாற்காலியில் கும்பமுனி வீற்றிருக்க, அவர் பின்னால் இடப வாகனத்தின் மேலமர்ந்த பொன்னார் மேனியன். (இந்த இடத்தில் பொன்னார் என்றால் பொன்.இராதாகிருஷ்ணன் எனும் மத்திய அமைச்சர் அல்ல) புலித்தோலை அரையில் உடுத்து, கழுத்தில் விட நாகம்

பூண்டு, கையில் பினாகம் எனும் வில் அல்லது முச்சூலம் தரித்து, சடையில் பிள்ளை மதி சூடி, தலையில் கங்கை அணிந்து, கண்டத்தில் ஆலகால விடத்தின் நீலத் தழும்புடன் மாலையாய்க் குளிர் கொன்றை... கும்பமுனி மனதில் ஒரு நேரிசைத் தேவாரம் ஒன்றும் பாய்ந்தது.

நங்கையைப் பாகம் வைத்தார் ஞானத்தை நவில வைத்தார்
அங்கையில் அனலும் வைத்தார் ஆனையின் உரியை வைத்தார்
தம்கையின் யாழும் வைத்தார் தாமரை மலரும் வைத்தார்
கங்கையைச் சடையுள் வைத்தார் கழிப்பாலைச் சேர்ப்பனாரே!

காட்சியில் மெய்மறந்து திளைத்து மோனத் துயில் புரிந்தார்.

‘கெளவனுக்கு என்ன எளவோ ஆகிப்போச்சு’ என்று யோசித்த தவசிப்பிள்ளைக்கு, கடவுளைக் கனாக் கண்டு கொண்டிருப்பாரோ என்றும் தோன்றியது.

பக்கத்து வளைவில் இருந்து எதையோ கவ்விக்கொண்டு வந்த வெள்ளையும் கறுப்பும் மிடைந்த நிறமுடைய தெருநா யொன்று, கும்பமுனியின் பின்பக்கப் படிப்புரையின் கைப்பிடிச் சுவரில் குதித்து ஏறித் தனது வழக்கமான பைரவர் கோலத்தில் நின்றது. கருத்தும் காட்சியும் சங்கமிக்க தவசிப்பிள்ளை கண்ணுபிள்ளை மதன மோகன மந்தகாசப் புன்னகை ஒன்று சிந்தினார். அரைக்கண்ணில் அறிதுயில் கலைந்த கும்பமுனி கேட்டார், வெடுக்கென்று.

“என்ன வே? எல்லாம் பத்திரமா மூடித்தாலா இருக்கு? என்னத்துக்கு இப்பம் ஊமைச் சிரிப்பாணி?”

“பாட்டா.... நீரு இப்பம் கடவுள் காட்சிப் படுவது பற்றி நெனைச்சேரா?”

“ஆமா! எதுக்குக் கேட்டேரு?”

“அப்படியே அசையாம இரியும்... பொறத்த சாட்சாத் பழைய பரமசிவமே வந்து நிக்காரு... திரும்பாதையும்...”

பரவசமும் மெய்சிலிர்ப்புமாக, உடம்பைச் சுடலைமாட னுக்கு ஆடும் கோமரத்தாடி போலக் குலுக்கிக்கொண்டு. கும்பமுனி, “உள்ளதா வே? சொக்களி பேசுகேரா, இல்ல, கண்டதைச் சொல்லுகேரா?” என்றார். கன்னத்துக் குழிகளினுள் கவுசலம் கரந்துகொண்டு, தவசிப்பிள்ளை சொன்னார்.

“இதுல போயி வெளையாடுவேனா பாட்டா? நீரே பாரும்! எனக்கு உடம்பெல்லாம் முள்ளம்பண்ணி போல மயிரு சிலுத்து

நிக்கதை..."

"சரியாப் பாத்துச் சொல்லு டே! புதுமைப்பித்தனின் கந்தசாமிப் பிள்ளைக்குக் கடவுள் காட்சிப் பட்டதைப் போலவா?"

"எனக்கு புலமைப்பித்தன், கவிப்பித்தன், பாரதிப் பித்தன் ஒருத்தனையும் தெரியாது! கந்தசாமி தேவரா, நாடாரா, கவுண்டரா, நாயக்கரா, கோனாரா, செட்டியாரா... ஒண்ணும் தெரியாது..."

"நல்லாப் பாரும் வே... திரிசூலம், விட நாகம், கங்கை, இளம்பிறை, கொன்றை, இடப்பாதியிலே உமை, வாகனமாகக் காளை எல்லாம் இருக்கா?"

"எல்லாம் தத்ரூபமா இருக்கு பாட்டா..."

"அப்பம் ஒரு காரியம் செய்யும்... இன்னா இந்த ஸ்மார்ட் போனை வாங்கி ஒரு போட்டோ பிடியும்... உடனே பேஸ்புக்ல போடணும்... கொறயப் பேருக்கு நாம யாருண்ணு காட்டணும்..."

"இரியும் பாட்டா... நானும் ஒம்ம பொறத்த போயி நிக்கேன்... நீரே செல்ஃபி எடுத்திரும்..."

கும்பமுனிக்கு எழுத்தாள அகங்காரம் ஏறி அடித்தது.

"பேசாம கெடயும்... சொன்னதை மட்டும் செய்யும் என்னா? ஒரு சிருஷ்டிகர்த்தாவுக்குப் பொறத்த இன்னொரு சிருஷ்டிகர்த்தா... நீரு எங்கேருந்து எடையிலே வருவேரு? இன்னாரும்... இதைப் பிடியும்... நானும் தில்லைச் சிதம்பர நடராசனும் காளை வாகனம் உட்பட எல்லாம் கிளீயரா வரணும்... பாத்து... இன்னா இந்தப் பட்டனை மாத்திரம் தொட்டாப் போரும் என்னா? சிரத்தையாப் பண்ணணும்... ஆல முண்ட சிவன் இன்னொரு மட்டம் வரமாட்டாரு... இது சும்ம காணத் தொவையலு அரைக்கப்பட்ட காரியம் இல்ல பாத்துக் கிடும்... கேட்டேரா?"

"அதெல்லாம் செய்திருவேன்... நீரு சலம்பாம அதைக் கொண்டாரும்..." என்று கேட்டு வாங்கி, படம் பிடித்தார் தவசிப்பிள்ளை. எதற்கும் இருக்கட்டும் என்று மேலும் இரண்டு படங்கள் எடுத்துக்கொண்டார். கடவுள் கோலங் கலைந்து விடப்போகிறார் என்று அஞ்சி கும்பமுனி, பழைய தமிழ் சினிமாவின் கதாநாயகி, முதலிரவுக் காட்சியில் பால் செம்பு ஏந்தி நிற்பது போன்று, அனங்காமல் உட்கார்ந்திருந்தார்.

வாயில் கவ்வி வந்ததைச் சத்தமின்றித் தின்று முடித்த

பைரவர் அரவமின்றிக் குதித்து, அவசர சோலியாய் அடுத்த வளவுக்குள் ஓடியது. தவசிப்பிள்ளை, சிரிப்பைத் துறந்த யோகிபோல, செல்ஃபோனைக் கும்பமுனியிடம் நீட்டிவிட்டு, வாய்விட்டுச் சிரிக்க என்று அடுக்களைக்குள் ஓடினார். ஆவலை அடக்க முடியாத கும்பமுனி நேரில் இறைப்பரவசம் உணர்வதற் காகத் தலையைத் திருப்பினார்.

'உடல் குழைய என்பெலாம் நெக்குருக
விழி நீர்கள் ஊற்றெனெ வெதும்பி ஊற்ற'

அந்தக் காட்சியைக் காண விழைந்தார். காலங்காலமாய்க் கணக்கற்ற சிவனடியார்களுக்கு அருளப்பட்டிராத காட்சி. மேலும் சமகாலத் தமிழ்நாட்டு அரசியல் பற்றியும் நவீனத் தமிழ்க் கவிதை பற்றியும் கும்பமுனிக்கு சிவனாண்டியிடம் கேட்கச் சில சந்தேகங்கள் இருந்தன.

ஆனால், ஐயகோ, என்ன பரிதாபம்! கும்பமுனி, 'கண் காட்டும் நுதலானை, கனல் காட்டும் கையானை, பெண் காட்டும் உருவானை, பிறை காட்டும் சடையானை, பண் காட்டும் இசையானை, பயிர் காட்டும் புயலானை, வெண்காட்டில் உறைவானை, விடை காட்டும் கொடியானைக்' கண்டார் இல்லை! படிப்புரைச் சுவரின் பின்புறம் எருக்கலை மூடும் பீநாறிச் செடிகளும் மற்றும் ஏக வெளியும்.

வாய்த்த கைலாயம் வாய் நழுவிப்போன மருட்சி. அவசரமாக செல்ஃபோனை நோண்டி, தவசிப்பிள்ளை எடுத்த படங்களைத் தடவி மீட்டெடுத்தார். தன் பிறகு வசம், வறட்டுச் சொறிப்பட்டி எதையோ கடித்து மென்று நின்றிருந்த காட்சி.

மூத்த பின்நவீனத்துவத் தமிழ் எழுத்தாளனின் பழுதுபட்ட கிழட்டு இருதயம் படபடவெனத் துடித்து, சற்று நேரம் நின்று, பின்பு சீராக அடிக்கத் தொடங்கியது.

மணல்வீடு, ஏப்ரல் 2018

பாவி போகும் இடம் பாதாளம்!

நாய் சந்தைக்குப் போவதுபோல, அவனது நகர்வலம். கிழமைக்கு நான்கு நாட்கள் தவறாது. நாயைப்போல அவனுக்கும் வாங்கவோ விற்கவோ ஏதுமில்லை. நாய் அஞ்சலோட்டமாக ஓடி, மூன்று நான்கு இடங்களில் சிறுநீர்பெய்து, எட்டுப் பத்து இடங்களை மோந்து பார்த்து திரும்பி வரும். நாய் அஞ்ச லோட்டத்தில் போகும் என்றால் அவன் நகரப் பேருந்துகளில் போவான்.

போகவர இருபத்தாறு பணம் பேருந்துக் கட்டணம். விருப்பமான உணவு விடுதியில் அரைச் சர்க்கரை போட்டு, ஸ்ட்ராங் காப்பி GST க்குப் பிறகு காப்பி 28 பணம். ஆக, ஒரு நகர்வலத்துக்கு ஆகும் செலவு 54 பணம். இதற்கு சும்மா வீட்டிலேயே கிடக்கலாமே என்பீர்கள்! உம்மால் தமிழ் சீரியல் பார்க்காமல் இருக்க இயலுமா? அதுபோலவே இதுவும்.

வீட்டில் கிடந்தால், அன்றாடம் சவரம் செய்ய, காலையில் குளிக்கத் தோன்றாது. மேலும் கை கால் வீசி நடந்து, நகரத்துத் தூசு, தும்பு, டீசல் புகை சுவாசித்து வந்தால் ஒரு புத்துணர்ச்சி. திரும்பி வந்து இரண்டரை மணிக்கு சாப்பிட்டால், நிம்மதியாக ஒரு உறக்கம் போடலாம். சும்மாவா சொன்னார்கள் ஞானிகள், சும்மா இருத்தலே சுகம் என்று!

ஜனவரி 19அம் நாள் நள்ளிரவில் இருந்து, பேருந்துக் கட்டணம் உயர்த்திவிட்டார்கள். தனியார் பேருந்து முதலாளி களின் நெருக்குதல் காரணம் என்றார்கள். அரசுப் பேருந்துக் கட்டணம் உயர்த்தினால்தான் தாங்களும் உயர்த்தலாம் என்பது காரணமாம். ஊரில் சொல்வார்கள், ‘அண்ணன் பொண்டாட்டி அரைப் பொண்டாட்டி, தம்பி பொண்டாட்டி தன் பொண் டாட்டி’ என்று.

வழக்கமாக அவன் நான்குவகைப் பேருந்துகளில் பயணம் செய்வான். தாழ் தள சொகுசு லொடக்குப் பேருந்து. வீட்டை அடுத்த நிறுத்தத்தில் இருந்து நகர் மன்றத்துக்கு பதின்மூன்று

பணம். விரைவு லொடக்குப் பேருந்து, ஒன்பது பணம். இரண்டுமே நிறுத்தங்களிலும் நிறுத்தங்களின் நடுவிலும் நிற்கும். குறுந்தடங்களில் ஓடும் சிற்றுந்து, ஏழு பணம் கட்டணம். சாதார லொட லொடக்குப் பேருந்து ஆறு பணம். இதில் சில தனியார் பேருந்துகளும் அடக்கம்.

கட்டண உயர்வுக்குப் பிறகு, அவன் முறையே 25 பணம், 18 பணம், 11 பணம் என அறிந்திருந்தான். நெரிசலுக்கு காமம் செப்பும் கனரக சினிமா சாகித்யங்களுக்கும் அஞ்சி அவன் தனியார் பேருந்துகளைத் தேர்ந்தெடுப்பதில்லை. பெரும்பாலும் தாழ்தள சொகுசு லொடக்குப் பேருந்துகளே வாய்க்கும்.

காமம் உவப்பல்ல என்பதல்ல. ஆனால் நகரத்துச் சாலையில், நண்பகலில், பல வயது மக்கள் மத்தியில் சினிமா நாயக நாயகியர் கூவி விற்கிறார்கள். அவர்களுக்கு பத்மஸ்ரீயில் இருந்து பாரதரத்னா வரை காத்திருக்கிறது.

ஆக, ஒருமுறை நகர்மன்றம் வரைக்கும் போய்வரும் செலவு 54 பணத்தில் இருந்து 78 பணமாக உயர்ந்துவிட்டது. கிழமைக்கு நான்கு. ஆண்டுக்கு 52 கிழமைகள்... அவன் செலவு செய்ய வேண்டிய அதிகம் பணம் 78-54 = 24 x 4 x 52 = 4992. ஆண்டுக்கு, எந்த பஞ்சப்படி, பயணப்படி, நகரப்படி, லஞ்சப்படி, கொஞ்சப்படி, கூடுதல் படி, உணவுப்படி இல்லாமல் 4992 பணம் அவன் அதிகம் செலவு செய்ய வேண்டும். இதில் காப்பியின் விலை உயர்ந்தால் இன்னும் செலவு கூடும் மாதம் 1418 பணம் ஓய்வூதியம் பெறுபவனுக்கு இஃதோர் கொழுப்பெடுத்த வேலையே! இந்த 4992 பணம் என்பது போன ஆண்டைவிட, இந்த ஆண்டின் அதிகச் செலவே அன்றி, மொத்த நகர்வலச் செலவல்ல.

மொத்தமாக நகர்வலச் செலவு என்று கணக்கிட்டால் அது 16,224 பணம் ஆண்டுக்கு. அவனது ஓய்வூதியமே 12 x 1418=17,016 பணம். இதில் சிறுநீர் கழிக்க, ஒரு தவணைக்கு மூத்திரத்துடன் சேர்த்து 5 பணம் கறந்துவிடுகிறார்கள். அதையும் கூட்டினால் 5 x 4 x 52 = 1040 பணம். ஆக, நகர்வலச் செலவு ஆண்டுக்கு 16,224 + 1040 = 17,264 பணம். அது தனது ஆண்டு மொத்தத்துக்குமான ஓய்வூதியத் தொகையைவிட 248 பணம் அதிகம் என்பது அவனுக்கு மிகுந்த மனச்சோர்வை ஏற்படுத்தியது. நல்லவேளை யாக அவனுக்கு புகைப்பழக்கம், சர்வ கட்சி அரசியல் தலைவர்கள் தயாரித்துத் தமிழர்களுக்காகவே வழங்கும் மதுவகைப் பழக்கங்கள் இல்லை.

நாய் சந்தைக்குப் போனால் அதற்கு செலவு ஏதும் இல்லை.

ஸ்வச் பாரத்தில் அதற்கு சிறுநீர் கழிக்கக் கட்டணமும் இல்லை, ஆதார் அட்டையும் காட்ட வேண்டாம். உலகில் எவனாவது, நகரத்துச் சென்று, ஆண்டின் மொத்த ஓய்வூதியப் பணத்தையும், காப்பி குடித்துத் திரும்புவதில் செலவு செய்வானா? ஒன்றில் அவன் ஒரு எழுத்தாளனாக இருக்க வேண்டும் அல்லது கேணையனாக இருக்க வேண்டும்.

ஊரில் அல்வா வாங்கித் தின்றே தகப்பனார் வைத்துப் போன சொத்தை அழித்தவர் உண்டு. பண்டு, நாடகக் கணிகைகளைத் தொடர்ந்து சென்று கரை கடந்து நோயும் பேயும் பிடித்து வாடியவர் உண்டு.

இதற்கு என்ன மாற்று என்று யோசித்தான்!

சீனிக்கிழங்கு தின்ற பன்றி, செவி அறுத்தாலும் நிற்காது.

ஆங்காங்கே மாணவர் போராட்டம், சாலைமறியல், பேருந்து சிறைப் பிடித்தல் என்று நடந்துகொண்டிருந்தன. தமிழர்கள் முற்பிறவியில் செய்த தவப்பயன் காரணமாக அவதரித்த, அவதரித்துக்கொண்டிருக்கிற தலைவர்கள், வெளி நாடுகளில் இருந்து தருவிக்கப்பட்ட ஆடம்பர மகிழ்ந்துகளில் பயணம் செய்து, மக்கள் படும் அவதிகளுக்காக ஆர்ப்பாட்டம் செய்து, இன்முகக் களையுடன் கைதானார்கள். சில வாரங்களில், மக்கள் தீர்ப்பே மகேசன் தீர்ப்பு என்பவர்கள், பயணச்சீட்டுக்கு ஒற்றை ரூபாய் குறைத்து தமது மக்கட் பணியைத் தொடர்வார்கள். அதில் ஆறுதல் கொள்வதன்றி, பாரத தேசத்தின் சமத்துவ மக்களாட்சிக் குடிப் பன்றிகள் வேறென்ன செய்ய இயலும்?

கட்டண உயர்வு அறிவிக்கப்பட்ட பிறகு, ஏழு நாட்களை அன்றாடம் செவிப்படும் உரையாடல்கள்அவன் துன்பத்தைப் பெருக்கின. முதல்நாள் நகரம் சென்று திரும்புகையில், பேருந்துக்கட்டண நிலவரம் அறிந்துகொள்வதற்காக அவன் தனியார் பேருந்து ஒன்றில் ஏறினான். அதில், அந்த நேரத்தில், எப்போதும் பெண்கள் கூட்டம் அதிகம் இருக்கும். பெரும்பாலும் வீட்டு வேலைகளுக்குச் சென்று திரும்பும் பெண்கள். நாற்பது முதல் அறுபத்தைந்து வயது வரை, பேரிளம் பெண்கள். ஒன்றிரண்டு திருமணம் ஆகாத இளம்பெண்களும் இருப்பார்கள்.

உழைத்துக் களைத்த முகமும் உடலும். தினமும் வழக்கமாய் சந்தித்துக்கொள்பவர்கள். கையில் ஒரு கூடை, அதில் சில எவர்சில்வர் டப்பாக்கள். வீட்டு எசமானிகள் எடுத்துக்கொண்டு போக அனுமதித்த குழம்பு, கூட்டு இருக்கலாம். எல்லோரிடமும் தவறாமல் மொபைல் போன் இருந்தது. சிலரிடம் ஸ்மார்ட் போனும். அவர்களது உரையாடலைக் கவனிப்பது அவனுக்குக்

கூட்ட நெரிசல் துன்பம் தவிர்க்க இயலும். பாடல் பயங்கர வாதத்தையும் மீறிய உரத்த குரல்கள்...

வைசியாள் வீதியில் ஏறிய மூதாட்டி, அவனிடம் ஐந்து ரூபாய் சில்லறையாகக் கொடுத்து, "சாமி! சுண்டக்காமுத்தூருக்கு ஒரு சீட்டு வாங்கீருங்க... எங்கிட்ட இதான் இருக்கு" என்றாள். சில்லறை நாணயங்களா பையில் போட்டுக்கொண்டு, பத்து ரூபாய்த் தாளான்று நீட்டி, பயணச்சீட்டு வாங்கி அவளிடம் கொடுத்தான்.

'எங்கும் சுதந்திரம் என்பதே பேச்சு' என்பதையும் போல, ஒரு கிழமையாக, எங்கும் பேருந்துக் கட்டண உயர்வே பேருந்தினுள் பாட்டாக இருந்தது. அம்மா, சின்னம்மா, ஆர்.கே.நகர் என்று சிலகாலம் பொழுதுபோயிற்று. இப்போது பேருந்துக் கட்டண உயர்வு. நாளை வேறொன்று, மற்ற நாள் இன்னொன்று, பிற்றை நாள் பிறிதொன்று. எந்தக் கேடும் இங்கே பகடிப்பொருள். முகநூல், வாட்ஸ் ஆப், மீம்ஸ், சினிமாக் கேலிகள்...

✡ ✡ ✡

"வோட்டுக் கேக்க வருவான்லா, அப்பப் பாத்துக்கிடலாம்!"

"என்னத்தப் பாப்ப அப்ப? ஐநூறு தருவானா, ஆயிரம் தருவானான்னு பாப்ப...

✡ ✡ ✡

"ஏனுங்க, ஒண்ணுக்கு டபுளா ஏத்திப்புட்டானுக போக்கத்த பயலுக..."

"ஏங்க! பத்து, இருவது, முப்பது, நாப்பதுண்ணு டிக்கட் வச்சா சில்லறை கஷ்டம் இருக்காதுல்ல..."

✡ ✡ ✡

"ஏம்பா... கேரளா, கர்நாடகா, ஆந்திரா எல்லாத்தையும்விட நம்ம கட்டணம் கொறவுங்கிறாங்க..."

"ஆனா அங்க உக்காந்தா வேட்டியைக் கிழிக்கிற, மழை வந்தா ஒழுகிற, படிக்கட்டு பேந்து தொங்கப்பட்ட ஆக்கர் கடை, பஸ் கெடையாதுங்க ஐயனே!"

✡ ✡ ✡

"ஏம்பா! ஒரே முட்டா இப்பிடி ஏத்தீட்டா எப்பிடி?"

"இதுல பத்துல ஒண்ணு மந்திரிக்குப் போயிரும் பெருசு... இன்னொரு பங்கு அதிகாரிக்கும் போயிரும்..."

"அதெப்பிடி தம்பு?"

"நூறு உதிரி பாகம் வாங்கணும்ணு வைங்க... டயர், ட்யூப், கியர், கிளட்ச் மாதிரி... நூறுக்கு ஆர்டர் போடுவானுக... அறுபது தான் டெப்போக்கு வரும்... பில்லு நூறுக்கும் வந்திரும்.... மிச்சம் காசாட்டுப் போயிரும்..."

"அப்பம் பஸ் ஓட்டுகது...?" "பழசிலே நல்லதாப் பாத்துக் கழுவித் தொடச்சுப் போட்டுக்க வேண்டியதுதான்..." "அதுனால தான் மேள தாளத்தோட பஸ் ஓடுது..."

"ஏம்பா? தனியார் புதுசா ஒரு பஸ் எறக்குனா பத்து வருசம் அலுங்காமக் குலுங்காம புதுப்பொண்ணு மாதிரி ஓடுது. கெவர்ன்மென்ட் பஸ் மாத்திரம் மூணு வருசத்திலே கெழவன் புடுக்கு மாதிரி ஆடுது?"

"மெயின்டனன்ஸ் கெடையாது. பஸ்ஸை கழுவ மாட்டான், தொடைக்க மாட்டான்... எங்கயாவது மந்திரி கெட்டின, எம்எல்ஏ கெட்டின, ஆபீசரு கெட்டின சொந்த வீடு இருவது வருசத்திலே விழுந்திருக்கா? கெவர்ன்மென்ட் கெட்டின பஸ் ஸ்டன்ட் மாத்திரம் 19 வருசத்திலே விழுந்து மூணு பேரு சாவுதான்..."

✡ ✡ ✡

"பத்துல ஒரு சம்பளம் பஸ்சுக்கு குடுத்திட்டு, பிள்ளை குட்டிகளை எப்பிடிப்பா காப்பாத்துறது?"

"என்னத்துக்கு பஸ்சிலே வாற? பொடி நடையாப் போ! இல்லேண்ணா சைக்கிள் வாங்கி வச்சுக்கோ... அல்லது பாதி நாள் டிக்கட் வாங்காம மறந்த பாவனைலே எறங்கிப்போ... அல்லது கழுதை மேல போ..."

✡ ✡ ✡

"கட்டணம் குறைப்பானுக பாரும்... அதுக்காகத்தான் எதிர்க்கட்சி தலைவரெல்லாம் ரோட்டுல எறங்கிப் போராடு கான்யா...!"

"அது சரி! எதிர்கட்சித் தலைவனுங்க கடைசியா எப்பப்பா பஸ்சுல போனானுங்க... அவனவன் வீட்ல ஆறு வெளிநாட்டுக் காரு நிக்குது..."

✡ ✡ ✡

ஒருநாள் திரும்புகால் பயணத்தில், தெலுங்குப் பாளையம் பிரிவு தாண்டி, வாய்க்கால் பாலம் நிறுத்தத்தில் எட்டுப் பத்துப்பேர் ஏறினார்கள். மூத்த குடிமகன்களும் நடுத்தரக்

குடிமகன்களும்.

“இது கொறஞ்சிடுச்சாப்பா? பஸ்சு புடிச்சு, கடை தொறக்கிற நேரத்திலே வந்திருகான்... கட்டிங் அடிக்கக் காசிருக்கு. டிக்கட் வாங்கக் காசில்லையா?”

மூத்த குடிமகன் ஒருவர், நடத்துநரைப் பார்த்துக் கூவினார்.

“ஒரு கொளத்துப் பாளையம் டார்லிங்... எவ்வளவு? பதினஞ்சா, பதினெட்டா?”

“பாத்தேரா? இப்படித்தான் போகுது நாடு...”

✡ ✡ ✡

“எதுக்குக் கெடந்து பொலம்புறேரு? கூலியைக் கூட்டிக் கேளும் பெரியவரே! போகவர அம்பது ரூவா பஸ்சுக்கு ஆகுதுல்ல!”

“அரிசி மாத்திரம் ரேஷன் கடையிலே, பையைத் தூக்கீட்டு போயி இருவது கிலோ சும்மா வேண்டுதேருல்லா?”

✡ ✡ ✡

“நாம என்னதான் செய்ய முடியும்?”

“ஓட்டால தான் அடிக்கணும்யா!”

“ஓட்டால நொட்னேரு! இவம் கொள்ளை அஞ்சு வருசம்... அடுத்தால அவம் கொள்ளை அஞ்சு வருசம்... அம்பது வருசமா இப்பிடித்தான வே மக்களாட்சி நடக்கு! இதுல ஓட்டால நீரு எங்கின போயி அடிப்பேரு? காத்தைத்தான் அடிக்கணும்...”

“எவனுக்கும் பயம் இல்லவே! மக்களும் கேக்கமாட்டான். நீதியும் கேக்காது... கடவுளும் கேக்க மாட்டான்... அவனவனுக்கு ஹார்ட் அட்டாக் வந்து செத்தாத்தான் உண்டு...”

“வலிக்க மாதிரி, வலிக்கப்பட்ட எடத்திலே அடிக்கணும்... உம்மைக் கொண்டு முடியுமா? துணிச்சல் இருக்கா? இல்லேல்ல... பின்ன என்னத்துப் போட்டுப் பேசுதேரு? நாயி கொலச்சு நேரம் விடியுமா வே?”

✡ ✡ ✡

ஏறினார்கள்! இறங்கினார்கள்!
ஏறுவார்கள்! இறங்குவார்கள்!
எல்லோர்க்கும் பெய்யும் மழை.
வீசும் காற்று.
காயும் சூரியன்.

கணையாழி, ஏப்ரல் 2018

நாஞ்சில் நாடன் நூல்கள்

கவிதைகள்

மண்ணுள்ளிப் பாம்பு	2001
பச்சை நாயகி	2010
வழுக்குப் பாறை	2014

நாவல்கள்

தலைகீழ் விகிதங்கள்	1977
என்பிலதனை வெயில் காயும்	1979
மாமிசப் படைப்பு	1981
மிதவை	1986
சதுரங்கக் குதிரை	1993
எட்டுத்திக்கும் மதயானை	1998
Against All Odds (எட்டுத்திக்கும் மதயானை மொழிபெயர்ப்பு)	2009

சிறுகதைகள்

தெய்வங்கள் ஓநாய்கள் ஆடுகள்	1981
வாக்குப் பொறுக்கிகள்	1985
உப்பு	1990
பேய்க்கொட்டு	1994
பிராந்து	2002
நாஞ்சில் நாடன் கதைகள் (முதல் ஐந்து நூல்களின் தொகை)	2004
சூடிய பூ சூடற்க	2007
கான் சாகிப்	2010
தொல்குடி	2014

தேர்ந்தெடுத்த சிறுகதைத் தொகுப்புகள்

முத்துக்கள் பத்து	2007
நாஞ்சில்நாடன் சிறுகதைகள்	2011
சாலப் பரிந்து	2012
காலக் கணக்கு	2014
கொங்குதேர் வாழ்க்கை (விகடன் கதைகள்)	2013
வல்விருந்து (கும்பமுனிக் கதைகள்)	2014
கனகக்குன்று கொட்டாரத்தில் கல்யாணம்	2015
சங்கிலிப் பூதத்தான் (விகடன் கதைகள்)	2017

கட்டுரைகள்

நஞ்சென்றும் அமுதென்னும் ஒன்று	2003
நாஞ்சில் நாட்டு வெள்ளாளர் வாழ்க்கை	2003
நதியின் பிழையன்று நறும்புனல் இன்மை	2006
காவலன் காவான் எனின்	2008
தீதும் நன்றும்	2009
திகம்பரம்	2010
பனுவல் போற்றுதும்	2011
கம்பனின் அம்பறாத் தூணி	2013
சிற்றிலக்கியங்கள்	2013
எப்படிப் பாடுவேனோ?	2014
கைம்மண் அளவு	2016
விசும்பின் துளி	2016
சொல்லாழி	2017

தேர்ந்தெடுத்த கட்டுரைகள்

அஃகம் சுருக்கேல்	2014
அஃகம் சுருக்கேல் (மாணவர் பதிப்பு)	2014
நவம்	2017

நேர்காணல்கள்

நாஞ்சில்நாடன் நேர்காணல்கள்	2015